നിലാപൊട്ടുകള്‍

അജീഷ് .പി.ജോസ്

Copyright © Ajeesh P Jose
All Rights Reserved.

ISBN 979-888591705-6

ഉള്ളടക്കം

1

അംഗനവാടിയിലെ ചാച്ചാജി

നിലാവു പൂക്കുന്ന രാത്രികളിൽ കുറുമാലിയുടെ കരയിൽ വെച്ച് ജലദേവത പ്രത്യക്ഷപ്പെട്ടു. എനിക്ക് ഏറ്റവും സന്തോഷം നൽകുന്ന കാലത്തിലേക്ക് തിരികെ പോകാൻ ഒരു വരം നൽകിയാൽ നീ എങ്ങോട്ടാ പോവ്വാ??

ഒരിക്കൽ മലയാളം ക്ലാസ്സിൽ വെച്ച് ഫാദർ എന്നോട് ചോദിച്ചു.

ഒരു നിമിഷം ആലോചിച്ച ശേഷം ഞാൻ മറുപടി പറഞ്ഞു

: എന്റെ അംഗനവാടിയിലേക്ക് .

ഫാദർ ചോദിച്ചു : അതെന്താ നിനക്ക് അത്ര ചെറുതിൽ പോയിട്ട് എന്തിനാ?

: അത്രയും ചെറുതിലോട്ടല്ലെ പോവേണ്ടത്.. ഫാദർ ഒന്നാലോയിച്ചോക്യേ കാലുകൾക്ക് കുതിരയെ പോലെ വേഗതയും കുരങ്ങനെ പോലെ ആയാസവും കൈവരുന്ന പ്രായം ,

ഒന്നിനെ കുറിച്ചും വേവ്വലാധിയില്ലാതെ അംഗനവാടിയിൽ പോവ്വാം. അവിടെ ബീന ടീച്ചർക്കും പിള്ളേർക്കും ഒപ്പം സൂചിയേറ് കളിക്കാം, ട്രെയിൻ കളിക്കാം, നാരങ്ങപ്പാല് കളിക്കാം, ഒളിച്ച് കളിക്കാം .പിന്നെ എന്റെ വക സ്വന്തമായി മെനഞ്ഞെടുത്ത കഥകൾ വച്ച്കൊണ്ട്, പിള്ളാരോടൊപ്പം മേശക്കടിയിൽ ഇരുന്ന് രണ്ട് കാലിൽ പിടിച്ച് ജീപ്പോടിച്ചും ജുറാസിക് പാർക്കിലെ ഡിനോസറിനെ ഇടിച്ചിട്ടും കളിക്കാം ..

പതിനൊന്ന് മണിയാകുമ്പോ വീട്ടീന്ന് തന്ന് വിട്ട ചുവന്ന പോക്കിമോൻ ചോറ്റുപാത്രം തുറന്ന് സ്നാക്സ് കഴിക്കാം ..അത് കഴിഞ്ഞാൽ കഥകള് കേട്ട് സുഖമായൊരൊറക്കം .മൂന്ന് മണിക്ക്

"

എഴുന്നേറ്റ് പഞ്ചാരയിട്ട് തളപ്പിച്ച പാല് ഒരു ഗ്ലാസ്സ് കുടിച്ച് പതിയെ വീട്ടിലേക്ക്.

ഇതിനിടയിൽ എപ്പോഴെങ്കിലും ഒന്നോ രണ്ടോ തറയോ പറയോ പഠിച്ചാലായി..

പിന്നെ ഒഴിവ് ദിവസം ഫുൾ ടൈം വീട്ടിൽ കളി, ചെരിഞ്ഞ് കിടക്കുന്ന കശുമാവിന്റെ മുകളിലേക്ക് കൊരങ്ങനെ പോലെ പടച്ച്കയറി അതിന് മുകളിൽ ഏറുമാടമായി പ്രഖ്യാപിക്കും. താഴെ പഴയ തറവാടിന്റെ തറയിൽ നിന്നും മണ്ണു കുഴച്ച് കുഴിതോണ്ടി പഴയ ഗ്യാസ്സിന്റെ ട്യൂബെടുത്ത് ഞാനും അജിയും കൂടെ ഡാമുണ്ടാക്കും, കൊറേ കഴിയുംമ്പോ ഞങ്ങള് തന്നെ പൊട്ടിക്കും.

പുറത്ത് പോവുമ്പോ ബസിൽ കയറിയാൽ അമ്മേടെ കൂടെ ബസിന്റെ മുന്നിലത്തെ പെട്ടി സീറ്റിലിരുന്ന് ഡ്രൈവർക്കൊപ്പം ബസോടിക്കും, ആരും എഴുന്നേൽപ്പിച്ച് വിടില്ല.

അപ്പന്റെ കൂടെ സൈക്കിളിന്റെ മുന്നിലെ കുട്ടിസീറ്റിൽ ഇരുന്ന് കടേൽ പോവുമ്പോ നാരങ്ങാ മിഠായിക്കും തേൻ നിലാവിനും വേണ്ടി വാശിപിടിക്കും; മേടിച്ച് തരും.

ഭാവിയെ കുറിച്ചോ വർത്തമാനത്തെ കുറിച്ചോ യാതൊരു പേടിയും ഇല്ലാത്ത ആ കാലത്തേക്കല്ലേ ഫാദറെ നമ്മള് തിരിച്ച് പോണ്ടത്?

; പറഞ്ഞ് തീർത്തപ്പോ ക്ലാസ്സിൽ അണകെട്ടിയ നിശബ്ദത പെട്ടന്നാണ് കൈയടിയിലേക്ക് മാറിയത്. എല്ലാരുടേം മുഖത്ത് നിറഞ്ഞ ചിരി, അതില് ഓരോന്നിനും ഒരംഗനവാടിക്കാരന്റെ നിഷ്കളങ്കത ഉണ്ടായിരുന്നു. കുറച്ച് നേരത്തേക്ക് ആ ക്ലാസ്സിൽ കൂടിയിരുന്ന എല്ലാരും നാലും അഞ്ചും വയസ്സുകാരിലേക്ക് തിരികെ പോയിരിക്കണം.

ആ നേരം ഒരു ചെറുപുഞ്ചിരിയോടെ ഫാദർ ആരെയും ശല്യപ്പെടുത്താതെ, എന്നാൽ എല്ലാരേം നോക്കിക്കൊണ്ട് ക്ലാസ്സിലെ മേശയിൽ അങ്ങനെ ചാരി നിന്നു. ചിലപ്പോ ഫാദറും പോയി കാണും തന്റെ വള്ളിട്രൗസറിലേക്ക്..

പക്ഷെ അന്ന് ക്ലാസ്സിൽ ഞാൻ മനപൂർവ്വം വിഴുങ്ങിക്കളഞ്ഞ കുറച്ച് വിക്രുസുകൾ കൂടി ഉണ്ടായിരുന്നു എന്റെ അംഗനവാടിക്കാരനിൽ ...

സത്യത്തിൽ നേഴ്സറിയിൽ ചേരാൻ രണ്ട് ദിവസം വൈകിയപ്പോ റൂൾസ് ആന്റ് റെഗുലേഷൻസ് പറഞ്ഞ് സിസ്റ്റേഴ്സ് അഡ്മിഷൻ

തന്നില്ല. കൂടെയുള്ള അജിയടക്കം നഴ്സറിയിൽ ചേർന്നതിന്റെ സങ്കടത്തിൽ ആണ് അമ്മയുടെ നിർബന്ധപ്രകാരം ഞാൻ അംഗനവാടിയിൽ പോയത്. പക്ഷെ എന്റെ ജീവിതത്തിൽ അമ്മയെടുത്ത ഏറ്റവും നല്ല തീരുമാനങ്ങളിൽ ഒന്ന് അതായിരുന്നു.

ജീവിതത്തിലാദ്യവും അവസാനവുമായി പ്രണയപരവശനായ ഞാൻ ഒരു പെൺകുട്ടിയുടെ കവിളിൽ മുത്തമിട്ടത് അതേ അംഗനവാടിയിലെ മേശയുടെ പുറകിൽ വച്ചാണ്.

അംഗനവാടിയിലും പ്രണയമോ??

ആർക്കറിയാം എനിക്ക് ഉമ്മ കൊടുക്കാൻ തോന്നി ഞാൻ കൊടുത്തു. അവളും ഹാപ്പി ഞാനും ഹാപ്പി.

ഒരു ചെറുപുഞ്ചിരിയും നാണവും കൂടി കലർന്നവൾ എന്റെ കവിളിലും മുത്തമിട്ടു. അത് എന്തായിരുന്നു എന്തിനായിരുന്നു എന്നൊന്നും അറിയില്ല. പക്ഷെ ഒരാണും പെണ്ണും മുത്തമിട്ടാൽ ആകാശം ഇടിയില്ലെന്നും ഭൂമികുലുങ്ങിലെന്നും ഞാൻ അന്നേ തിരിച്ചറിഞ്ഞു.

പക്ഷെ അന്ന് ഞാൻ അനുഭവിച്ച പേടിയും പരവശവും ഇന്ന് ആരിലും ഞാൻ കാണുന്നില്ല. അന്നത്തെ എന്നിലെ പേടിയും പരവശവും സൃഷ്ടിക്കപ്പെട്ടത് ഒരുപക്ഷെ ആ നിഷ്കളങ്കതയിൽ നിന്നായിരിക്കണം.

ഇന്ന് ആ നിഷ്കളങ്കത നഷ്ടപ്പെട്ട് പോവുകയാണോ??

പിന്നെ കളിക്കുവാണേൽ,ഞങ്ങൾക്കൊപ്പമുള്ള സൂചിയേറിൽ ഇടക്കിടെ അയൽവക്കത്തെ ചേച്ചിമാരും കൂടും . ചൂടും തണുപ്പും പറഞ്ഞ് കളിക്കുന്ന ആളെ കളിപ്പിക്കുന്ന കളിയാണ് സൂചിയേറ്.

സൂചി കണ്ടുപിടിക്കാൻ പെൺപിള്ളേർക്കെന്തോ വല്ലാത്തൊരു കഴിവാണ്. ഒളിച്ചു കളിയിലും ട്രെയിനിലും ഞങ്ങൾ ആൺപിള്ളേരെ പിടിക്കാൻ അവർക്കും കഴിയാറില്ല.

അങ്ങനെയൊരു ദിവസം ട്രെയിൻ കളിച്ചു കൊണ്ടിരിക്കുമ്പോ കൂട്ടത്തിലുള്ള കൊച്ചു തല്ലുകൊള്ളി പ്രിൻസപ്പൻ ഞാൻ കൈ കാണിച്ചിട്ടും ട്രെയിൻ നിർത്തിയില്ല .

അതുമല്ല മുന്നിൽ പോകുന്നവരെ വലിച്ചിടുന്നത് അവന് പതിവാണ് . അങ്ങനെയിരിക്കെ ബീന ടീച്ചർ അടുക്കളയിലേക്ക് പാല് തിളപ്പിക്കാൻ പോയ നേരം , രണ്ട് കാലുകൾ ചേർത്ത് വെക്കാൻ മാത്രം

വീതിയുള്ള ഉമ്മറത്തെ തിണ്ണയുടെ മുകളിലേക്ക് ട്രെയിൻ കുതിച്ചു കയറി.

പോകുന്ന പോക്കിലാണ് എന്നെ കയറ്റാതെ പോയത്.

ട്രെയിൻ തിണ്ണയിൽ കയറിയതും ലോക്കോപൈലറ്റായ പ്രിൻസപ്പനെ ഞാൻ അറിയാതൊന്ന് തള്ളി. ട്രെയിൻ അപ്പാടെ കൊക്കയിലേക്ക് മറിഞ്ഞു . യാത്രക്കാരെല്ലാം രക്ഷപ്പെട്ടു പക്ഷെ ലോക്കോപൈലറ്റായ പ്രിൻസപ്പൻ മാത്രം മുറ്റത്ത് കിടന്ന് നിർത്താതെ കരയുന്നുണ്ട്.

ടീച്ചർ ഓടി വന്നു സംഭവിച്ചതെന്താണെന്ന് ആർക്കും അറിയില്ല. എല്ലാവരും തിണ്ണയുടെ മുകളിൽ നിന്ന് ട്രെയിൻ കാല് തെറ്റി വീണു എന്ന് മാത്രം ടീച്ചറോട് പറഞ്ഞു. ഞാനും അത് തന്നെ ആവർത്തിച്ചു. പ്രിൻസപ്പന്റെ അമ്മയെ വിളിച്ച് വരുത്തി അവനെ പറഞ്ഞയച്ചു. അത് കഴിഞ്ഞ് രണ്ട് ദിവസം പ്രിൻസപ്പനെ ആരും ഓർമ്മിച്ചതേയില്ല പതിവ് പോലെ എല്ലാം നടന്നു .

പിറ്റേന്ന് നവംബർ 14 ശിശുദിനം ആയിരുന്നു. തലേദിവസം മറ്റെല്ലാ കുട്ടികളുടെയും ഇഷ്ടപ്രകാരം എന്നെ ചാച്ചാജിയാക്കി. അന്ന് രാത്രി വീട്ടിൽ ചാച്ചാജിയുടെ ജുബ്ബ മേടിക്കാൻ അപ്പനുമായി ഒരു വലിയ ബഹളം നടന്നു. ശേഷം പുതിയ ഒരു ജുബ്ബ തന്നെ എനിക്ക് മേടിച്ച് തന്നു.

പിറ്റേന്ന് രാവിലെ ജുബ്ബയും ഇട്ട് നെഞ്ചിൽ ഒരു റോസാപ്പൂവും കുത്തി അമ്മേടെ കൈ പിടിച്ച് ഇറങ്ങി. അംഗനവാടിയുടെ റോഡിന് ചുറ്റും ചാച്ചാജിക്ക് ജയ് വിളിച്ച് ജാഥയും നടത്തി.. തിരികെ വരാൻ നേരം എല്ലാർക്കും പായസവിതരണം ഉണ്ടായിരുന്നു.

ചാച്ചാജിയുടെ വേഷത്തിൽ എന്നെ എല്ലാവരും അഭിനന്ദിച്ചു. എന്റെ നെഞ്ചിൽ കുത്തിയ റോസാപ്പൂ പോലും സന്തോഷത്താൽ തുള്ളിച്ചാടി.

തിരിച്ച് വീട്ടിലേക്ക് പോയത് ടീച്ചർകൊപ്പമാണ് . പോകുന്ന വഴി ടീച്ചർ പറഞ്ഞു: നമുക്ക് പ്രിൻസപ്പന്റെ വീട്ടിൽ ഒന്ന് കയറാം .ഞാൻ ശരിയെന്ന് മൂളി .ചാച്ചാജിയുടെ വേഷത്തിൽ മതിമറന്ന് നിന്ന ഞാൻ പക്ഷെ അവന്റെ വീടിനകത്ത് കൈയ്യിൽ വെളുത്ത പ്ലാസ്റ്റർ ഇട്ട് കസേരയിൽ ഇരിക്കുന്ന പ്രിൻസപ്പനെയാണ് കണ്ടത്.

എന്റെ നെഞ്ചൊന്ന് പിടഞ്ഞു.

ടീച്ചർ അവന്റെ അമ്മയോട് മാറി നിന്ന് സംസാരിക്കുന്നത് കണ്ടു. എനിക്കവനോടൊന്നും പറയാനായില്ല, ഇതൊന്നും വരും എന്ന് കണ്ടിട്ടല്ലല്ലോ അന്നങ്ങനെ ചെയ്തത്. തെറ്റ് ഏറ്റ് പറയാനുള്ള ധൈര്യവും അന്നില്ലായരുന്നു.

അവനെ നോക്കി കുറ്റബോധം നിറഞ്ഞ മനസ് കൊണ്ട് എന്റെ ഉള്ളിൽ ക്ഷമാപണം നടത്തി.

തിരികെയിറങ്ങാൻ നേരം ടീച്ചർ കുറച്ച് പൈസ എടുത്ത് അവന്റെ അമ്മയെ ഏൽപ്പിച്ചു .

: ഓടിട്ടൊരു കൊച്ചു വീടാണ് . അമ്മ തയിച്ചുണ്ടാക്കുന്ന പൈസയിൽ ആണ് അവര് കഴിയണത് വലിയ കഷ്ടാണ് അവസ്ഥ. തിരികെ നടക്കുമ്പോൾ ആത്മഗതം എന്ന പോലെ ടീച്ചർ പറയുന്നുണ്ടായിരുന്നു.

സങ്കടം കുമിഞ്ഞു കൂടി ചാച്ചാജിയുടെ കണ്ണുകൾ കണ്ണീരിൽ മുങ്ങുമെന്നായി അപ്പോഴേക്കും വീടെത്തി. വീട്ടിലും ഒന്നും പറയുവാനുള്ള ധൈര്യം എനിക്കുണ്ടായില്ല.

പക്ഷെ ചെയ്ത തെറ്റിന് ഈശോക്ക് മുന്നിൽ നിന്ന് തെറ്റേറ്റു പറഞ്ഞു. ക്ഷമ ചോദിച്ചു. ഈശോ ക്ഷമിച്ചിരിക്കണം.

പക്ഷെ ഒരു തെറ്റും എല്ലാ കാലത്തും മൂടിവെക്കാൻ കഴിയില്ലല്ലോ ..

പിറ്റേന്ന് അംഗനവാടിയിൽ ചെല്ലുൻനേരം അംഗനവാടിയോട് ചേർന്നുള്ള മതിലിനപ്പുറത്ത് നിന്ന് അവിടത്തെ ചേച്ചി എന്നെ അടുത്ത് വിളിച്ചു ചോദിച്ചു: പ്രിൻസപ്പന്റെ കൈ ഒടിഞ്ഞല്ലെ??

: മം..

: ആ ഞാനറിഞ്ഞു. ഇനി നീ അങ്ങനൊന്നും ചെയ്യര്ത്ട്ടാ ..

നാല് വയസ്സ്കാരന്റെ നെഞ്ച് അന്ന് വരെ ഇടിക്കാത്ത വേഗത്തിൽ ഇടിക്കാൻ തുടങ്ങി. പേടിച്ച കണ്ണുകളോടെ ഞാൻ ചേച്ചിയെ നോക്കി

: ഞാൻ കണ്ടു നീ അവനെ പിടിച്ച് തള്ളീത്

കേട്ട് തീരുമ്പോഴേക്കും എന്റെ കണ്ണു നിറഞ്ഞു ഞാൻ തെറ്റ് ചെയ്തു എന്ന ബോധം എന്നെ വല്ലാതാക്കി

അത് കണ്ട ചേച്ചി പറഞ്ഞു.

: സാരല്ലാ ഞാൻ ആരോടും പറയണില്ലാ അറിയാതെ പറ്റിതാന്ന് ചേച്ചിക്ക് അറിയാം, ഇനി ചെയ്യരുതോ..

ഇല്ലെന്ന് തലയാട്ടി കണ്ണുതുടച്ച് ഞാൻ അകത്തേക്ക് നടന്നു.

അന്നെന്റെ ജീപ്പിന് ഡ്രൈവറുണ്ടായില്ല. എറിഞ്ഞ് കളഞ്ഞ സൂചി ആർക്കും കണ്ട് പിടിക്കാൻ കഴിഞ്ഞില്ല. കൂടെയുണ്ടായിരുന്നവളുടെ കളിചിരി പോലും എന്നെ ആശ്വസിപ്പിച്ചില്ലാ..

ദിവസങ്ങൾ കടന്ന് പോയി. ഒരു മാസത്തിന് ശേഷം പ്രിൻസപ്പൻ വീണ്ടും തിരികെ വന്നു. അവൻ അറിയാതെ അവന്റെ കൈപിടിച്ച് ഞാൻ തെറ്റേറ്റു പറഞ്ഞു. അവനെ എന്റെ ജീപ്പിന്റെ ഡ്രൈവറാക്കി. എന്റെ ഭാവനയിൽ അന്നുരുത്തിരിഞ്ഞെത്തിയ കഥയിൽ അവനെ എന്റെ കൂടപിറപ്പാക്കി.

ഒരു നാലര വയസ്സുകാരന് അങ്ങനെയൊക്കെയല്ലേ പ്രായശ്ചിതം ചെയ്യാൻ അറിയൂ... കളിചിരികളും കലപിലകളുമായി പിന്നേയും അവിടെ ഒരു കൊല്ലം തുടർന്നു.

തെറ്റ് പറ്റിയെന്നുറപ്പായാൽ അതിന് പരിഹാരം കാണാനും നമുക്ക് കഴിയണം. ആ നാലര വയസ്സിൽ എനിക്ക് ചെയ്യാൻ കഴിയുന്നത് ഞാൻ ചെയ്തു .അത് കൊണ്ട് മാത്രം ഇന്നും പ്രിൻസപ്പനെ കാണുമ്പോൾ എനിക്ക് മനസ്സ് തുറന്ന് പുഞ്ചിരിക്കാൻ കഴിയുന്നു.

പിന്നെ ഇന്നും കുറുമാലിയുടെ കരയിലും ചോലയിലും ചെന്നിരിക്കുമ്പോ ഞാനോർക്കും ഫാദർ പറഞ്ഞത് പോലെ ഒരു ജലദേവത പ്രത്യക്ഷപ്പെട്ടാലോ!!

ഒരിക്കൽ കൂടി മനസ്സ് തുറന്നൊന്ന് ചിരിക്കാൻ, ഒരിക്കൽ കൂടി ആയാസമില്ലാതെ കളിക്കാൻ, ഒരിക്കൽ കൂടി നിഷ്കളങ്കമായി ചുംബിക്കാൻ ...

ആ അംഗനവാടിയിലെ ചാച്ചാജിയിലേക്ക് തിരികെ പോകാൻ ഒരു വരം വേണം...

2

വട്ടോർമ്മകൾ

ഓർമ്മ വെച്ച കാലം മുതൽ മനസിൽ കയറി കൂടിയതാണ് ആ വട്ട്.

ജീവിതത്തിൽ ഇന്നും തരികെ നടക്കാൻ കൊതിക്കുന്ന കാലം. അവിടെയാണ് എന്റെ വട്ട് ഇന്നും ഇരിക്കുന്നത്..

മുളകമ്പുകൾ ഒടിച്ച് അവസാന ചില്ലയുടെ അഗ്രം വെട്ടാതെ നിർത്തി അത് വെച്ച് വട്ടോടിച്ചിരുന്ന നാളുകളാണ് ആദ്യം ഓർമ്മയിൽ ..

ആ വട്ടുകൾ പലതും മരത്തിന്റെതായിരുന്നു ചിലത് മരത്തിനുള്ളിൽ തകിട് പിടിപ്പിച്ചത് , മറ്റ് ചിലത് ഇരുമ്പ് കൊണ്ടുണ്ടാക്കിയ കനമുള്ളത്. പിന്നെ തകിട് മാത്രമായി വീട്ടിലെ അരിക്കലം അടുപ്പത്ത് നിന്നും ഇറക്കി വെക്കാൻ ഉപയോഗിക്കുന്നത്.

ആ കൊച്ച് വട്ട് മുളത്തണ്ടിൽ തൂക്കി കറക്കി നിലത്തിറക്കും. ഓടി തുടങ്ങുന്ന വട്ടിനെ നിയന്ത്രിക്കാൻ പിന്നാലെ അതേ മുളവടിയുമായി ഓടണം എവിടെയും തട്ടി വീഴാതെ നിശ്ചിത സ്ഥലത്ത് എത്തുന്ന ആൾ വിജയിക്കും.

കല്ലും ചരലും നിറഞ്ഞ ഇടവഴികളിലൂടെ അതിവേഗത്തിൽ ആ കൊച്ചു വട്ടുരുട്ടാൻ കേമൻമാർ ഉണ്ടായിരുന്നു. പക്ഷെ ഞാനാ വട്ടിനെ സ്നേഹിച്ച് തുടങ്ങുമ്പോഴേക്കും കാലം പതിയെ എന്നെ മറ്റൊരു വട്ടിലേക്ക് ആകർഷിച്ചു.

ഉജാലക്കുപ്പിയിൽ വടികുത്തിക്കയറ്റി കുപ്പിയുടെ ഇരുവശത്തും ദ്വാരമിട്ട് ,പഴയ ലൂണാർ സ്പോൻജ് ചെരിപ്പെടുത്ത് അതിൽ വട്ടം വരച്ച് ആ ഭാഗം മനോഹരമായി വെട്ടിയെടുത്ത് തുളച്ച് വെച്ച ദ്വാരത്തിൽ വടി ഉപയോഗിച്ച് ഇരുവശത്തും ഘടിപ്പിക്കുമ്പോ പുതിയ വട്ട് വണ്ടി റെഡിയായി.അങ്ങനെ ആ വണ്ടിയെ മനസ്സ് കൊണ്ട് കാറും

ജീപ്പും സ്ക്കൂട്ടറും ബസും ഒക്കെ ആയി കണ്ട് കൊണ്ടുള്ള പുതിയ വട്ടോട്ടിക്കൽ ആരംഭിച്ചു..

അടുത്തുള്ള കൂട്ടുകാരിൽ ചിലർ ആ വണ്ടിയിൽ നാല് ചക്രം ഘടിപ്പിച്ചും വടി കെട്ടിയുണ്ടാക്കിയ സ്റ്റീയറിംങ് ഘടിപ്പിച്ചും പരീക്ഷണങ്ങൾ നടത്തി.

അതിൽ എന്റെ ഒരു ചേട്ടനും പ്രധാന പങ്ക് വഹിച്ചിരുന്നു; അനീഷ് ചേട്ടൻ . മൂപ്പര് ആ വണ്ടീല് ചക്രം പിടിപ്പിച്ച വേറൊരു തകിടിന്റെ പെട്ടി ഘടിപ്പിച്ച് അതില് പറമ്പിലെ ചക്കയും മാങ്ങയും കശുവണ്ടിയും എല്ലാം വീട്ടിലേക്ക് കൊണ്ടുവരും. അങ്ങനെ അച്ചനോട് പറഞ്ഞ്(അമ്മയുടെ ആങ്ങള) ഞാനും ഉണ്ടാക്കി ഒരടിപൊളി ഉജാല വണ്ടി . അത് വെച്ചായി പിന്നീടുള്ള കളികൾ .

ഞാനും അജിയും കാറും ജീപ്പുമെടുത്ത് പറമ്പുകൾ മതിച്ച് നടന്നു.

ഈ വട്ടുകളെല്ലാം അരങ്ങേറുന്നത് എന്റെ രണ്ടാംതരം വരെ നീളുന്ന കാലഘട്ടത്തിലാണ്. രണ്ടാം തരത്തിൽ വട്ടുയർന്ന് ചിന്തിക്കാൻ തുടങ്ങി.

ഉജാല വണ്ടി പോരാ ... ഒപ്പമുള്ളവരിൽ ചിലർ കൊച്ചു സൈക്കിളുകളിൽ അഭയം പ്രാപിച്ചു.. ക്ലാസ്സ് കഴിഞ്ഞ് റോഡിലൂടെ നടക്കുമ്പോ ബെല്ല് അടിച്ച് ചെറു റോഡുകളിൽ അഭ്യാസ പ്രകടനം നടത്തുന്ന പിള്ളേരുടെ ഗമ.. ഹൊ...

പക്ഷെ ആ സമയം എനിക്ക് സൈക്കിൾ ചവിട്ടാൻ അറിയില്ലായിരുന്നു. എങ്കിലും വീട്ടിൽ ഒന്ന് പറഞ്ഞ് നോക്കി, നടക്കില്ലെന്നറിഞ്ഞപ്പോൾ ശ്രമം ഉപേക്ഷിച്ചു.

പക്ഷെ വട്ട് മനസ്സിൽ നിന്നും മാഞ്ഞിരുന്നില്ല . ആ സമയത്താണ് വേറെ കുറച്ച് പിള്ളേര് സൈക്കിൾ ടയറ് ഉരുട്ടി എന്റെ മുന്നിൽ പ്രത്യക്ഷപ്പെട്ടത്. പക്ഷെ ആ കാലയളവിൽ എന്റെ വീട്ടുപരിസരത്തൊന്നും ടയറുരുട്ടുന്ന തസ്ഥിക നിലവിൽ വന്നിട്ടില്ല.

എന്തിരുന്നാലും ആ വട്ട് എന്നെ വല്ലാതെ ആകർഷിച്ചു. പിന്നെ വലിയ സൈക്കിൾ ടയറിനുള്ള അന്വേഷണമായി. അങ്ങാടിയിലെ സൈക്കിൾക്കടയിൽ കൂട്ടിയിട്ടിരിക്കുന്ന പഴയ ടയറുകൾ അപ്പന്റെ ഒപ്പം പോവുമ്പോഴെല്ലാം കാണാമായിരുന്നു. പക്ഷെ ചോദിക്കാൻ മടിച്ച് ഓരോ തവണയും കടന്ന് പോയി.

പക്ഷെ അപ്പോഴേക്കും എന്റെ പ്രദേശത്ത് പഴയ ഓട്ടോറിക്ഷാ ടയറുകളും സൈക്കിൾ ടയറുകളും തസ്ഥികയുറപ്പിച്ച് തുടങ്ങിയിരുന്നു.

ഒടുവിൽ ആഗ്രഹം സഹിക്കാതെ വന്നപ്പോ അപ്പനോട് പറഞ്ഞു. കുറേ പറഞ്ഞപ്പോ സായ്‌വിന്റെ സൈക്കിൾ കടേന്ന് ഇനി പോവുമ്പോ നോക്കാന്ന് അപ്പൻ വാക്ക് തന്നു .

അങ്ങനെ ദിവസങ്ങൾ കടന്ന് പോയി.

രണ്ടാം തരത്തിൽ ആദ്യമെല്ലാം ഉച്ചയ്ക്ക് വീട്ടിലോട്ട് നടന്ന് വന്നായിരുന്നു ചോറൂണ് . കൂട്ടിന് അജി കാണും. അങ്ങനെയിരിക്കെ ഒരു ദിവസം ഉച്ചയക്ക് വീട്ടിലേക്ക് വന്ന ഞാൻ കണ്ടത് വീട്ട് മുറ്റത്ത് ചുവരിൽ ചാരി ഒരു ടയർ ഇരിക്കുന്നു .ഞാൻ അത് വരെയും കാണാത്ത കനമുള്ള വീതിയുള്ള ഇരു വശത്തും തേഞ്ഞ് തീരാത്ത കട്ടകളുള്ള ഒരു സുന്ദരൻ ടയർ.

ഞാൻ അമ്മയെ വിളിച്ചു : ഈ ടയറ് എവ്‌ടെന്നാ??

: അത് ഐജേട്ടൻ വച്ചിട്ട് പോയതാ ,ഐജേട്ടന്റെ വണ്ടീടെ ടയറ് മാറി അപ്പൊ ഇത് നിനക്ക് വേണങ്കി കളിക്കാൻ എടുത്തോന്ന് പറഞ്ഞ് തന്നതാ..

എന്റെ മനസ്സ് സന്തോഷം കൊണ്ട് അഞ്ചും ആറും ഉരുള ചോറുണ്ടു.

ആ സന്തോഷത്തിന് ഒരു അതിമധുരം കൂടി ഉണ്ടായിരുന്നു. കാരണം ചേട്ടന്റെ വണ്ടി അന്ന് കാലത്തെ റോയൽ എൻഫീൽഡ് ബുള്ളറ്റ് ആയിരുന്നു. അതും റെയർ മിലിറ്ററി എഡീഷൻ ..

പത്തായം പോലുള്ള പെട്രോൾ ടാങ്കിനു മുകളിൽ ഗരുഡൻ പതിച്ച കറുത്ത പടക്കുതിര.

ഗാംഭീര്യത്തിൽ ശബ്ദമുണ്ടാക്കി അടിച്ചടിച്ച് പോവുമ്പോ എല്ലാവരും നോക്കണ രാജതുല്ല്യൻ . ആ ബുള്ളറ്റിന്റെ ടയറ് എന്റെ കയ്യിൽ .. അപ്പൊ ഞാൻ ഓടിക്കുന്നത് ബുള്ളറ്റ് ... യേ . സന്തോഷം കൊണ്ട് ഞാൻ തുള്ളിച്ചാടി. അന്ന് കൂടിയ വട്ടാണ് ഇത് വരെയും അടങ്ങാതെ നിൽക്കുന്നത് ഉള്ളിൽ .പിന്നീടങ്ങോട്ട് വട്ടുത്സവമായിരുന്നു. സൈക്കിൾ ടയറോടിക്കുന്നവരും ഓട്ടോ ടയറുരുട്ടുന്നവരും അസൂയയോടെ എന്നെ നോക്കി. ഞാൻ ആരേയും കൂസാതെ ബുള്ളറ്റും ഓടിച്ച് മതിച്ച് നടന്നു.

പതിയെ അജി ഒരു ടയറ് സ്വന്തമാക്കി ബൈക്കിന്റേത് തന്നെ. പിന്നെ വട്ടുകൾ കൊണ്ട് റേസ് നടത്തിയും ,കല്ലുകൾ കൂട്ടിവെച്ച് അതിനു മുകളിൽ വട്ടുകൾ ചാടിച്ച് ഏറ്റവും ഉയരത്തിൽ ചാടുന്ന വട്ടിനെ കണ്ടെത്തിയും ,റപ്പായി ചേട്ടന്റെ കടയിൽ സാധനങ്ങൾ വാങ്ങാൻ കൂട്ടു വിളിച്ചും ഞാനെന്റെ വട്ടുരുട്ടൽ തുടർന്നു.

അധികം വൈകാതെ തന്നെ ആ വട്ട് എന്നെ ഒരു ഗ്യാങ്ങ്സ്റ്റർ ആക്കി മാറ്റി. ടി.വിയിൽ മിന്നിമറയുന്ന പേര് പോലും അറിയാത്ത ഇംഗ്ലീഷ് ചാനലുകളിൽ എനിക്ക് ഇഷ്ടം ഇടിയും വെടിയും പുകയും തന്നെയായിരുന്നു.

ആയിടെ എന്റെ കസിൻ ജെസ്റ്റിൻ (എന്റെ അച്ചന്റെ മകളുടെ മകൻ) കുറച്ച് നാൾ ഇവിടെ വന്ന് നിന്നു. അച്ചന്റെ വീട് തൊട്ടപ്പുറത്ത് ആയിരുന്നോണ്ട് അവൻ അവിടെ വന്ന് കഴിഞ്ഞാൽ ഞാൻ ഫുൾ ടൈം അവിടെയായിരിക്കും. ഒരു പക്ഷെ അജിയെ പോലെ തന്നെ ഞാൻ എന്റെ ബാല്യകാലത്തെ വികൃതികളും കളികളും പിണക്കങ്ങളും ചെലവഴിച്ചിട്ടുള്ളത് ജെസ്റ്റിനുമായിട്ടാണ്. അവൻ എന്നും എനിക്കെന്റെ സ്വന്തം അനിയനായിരുന്നു..

പിന്നീട് കുറച്ച് നാളത്തേക്ക് ഇവിടെ കോൺവെന്റ് സ്കൂളിലായിരുന്നു അവന്റെ പഠനം. ഒപ്പം വീടിനടുത്ത് രണ്ട് പറമ്പ് അപ്പുറം അമലിന്റെ വീട്ടിൽ ട്യൂഷനും. അമലിന്റെ അമ്മയായിരുന്നു പഠിപ്പിച്ചിരുന്നത്. മിക്കദിവസങ്ങളിലും ട്യൂഷൻ കഴിഞ്ഞ് അവനെ തിരികെ കൊണ്ട് വരാൻ ഞാനാണ് പോയിരുന്നത്.

എന്റെ പറമ്പിൽ നിന്നും മറ്റൊരു പറമ്പ് കൂടി കടന്നാൽ ട്യൂഷൻ എടുക്കുന്ന വീടായി. എല്ലാ ദിവസങ്ങളിലും ഞാൻ നടന്ന് പോയാണ് അവനെ കൊണ്ട് വരാറുള്ളത്. പക്ഷെ ആ ദിവസം ഞാൻ പതിവ് തെറ്റിച്ച് വട്ടുരുട്ടി റോഡ് വഴി പോയി.

അവിടെ വിവിധ ക്ലാസ്സുകാർക്ക് ട്യൂഷൻ ഉണ്ട് എന്റെ പ്രായക്കാർ ഉണ്ട് അതിലും മൂത്തവര് ഉണ്ട് . വലിയ ക്ലാസ്സുകാരെ നേരത്തെ വിടും ഞാൻ അവിടെയെത്താൻ നേരം വലിയ ക്ലാസ്സുകാർ പുറത്തേക്കിറങ്ങുന്നു. ഞാൻ മൈന്റ് ചെയ്യാതെ വട്ടുമായി നിന്നു. അവരിൽ പലർക്കും അന്ന് സ്വന്തമായി സൈക്കിളുകൾ ഉണ്ടായിരുന്നു.

അവർക്കെന്നെ പിടിക്കാഞ്ഞിട്ടോ എന്റെ വട്ട് പിടിക്കാഞ്ഞിട്ടോ എന്തോ ചിരിച്ച് കൊണ്ട് എന്റെ അടുത്തോട്ട് എല്ലാരും വന്നു. എന്റെ വട്ട്

ഉരുട്ടാൻ തരുവോന്ന് ചോദിച്ചു.

ഞാൻ മനസ്സില്ലാ മനസ്സോടെ കൊടുത്തു . അവര് ആ വട്ട് ആദ്യമൊന്ന് ഉരുട്ടി പിന്നെ പിന്നെ അത് വെച്ച് ഏറായി. അതിന്റെ പുറത്ത് കയറി ഇരുന്ന് അതിന്റെ നടുഭാഗം വളയ്ക്കാൻ തുടങ്ങി. എനിക്ക് സഹിച്ചില്ല ഞാൻ വട്ട് തിരികെ ചോദിച്ചു. അവര് തരാൻ കൂട്ടാക്കിയില്ല. എനിക്ക് സങ്കടം വന്ന് തുടങ്ങിയിരുന്നു. ആ വട്ട് അവര് കൊണ്ടോവുന്നൊക്കെ പറഞ്ഞ് പിന്നേം പിന്നേം എന്നെ സങ്കടപ്പെടുത്തി.

വേറെ വഴിയില്ലാതെ ഞാൻ ഓടി ചെന്ന് വട്ട് പിടിച്ചപ്പോ അവരെന്നെ തള്ളി മാറ്റി, എനിക്ക് കിട്ടാതത്ര ഉയരത്തിൽ പരസ്പരം വട്ട് എറിഞ്ഞ് കളിക്കാൻ തുടങ്ങി. ഇപ്പുറത്ത് ഞാൻ മാത്രം അപ്പുറത്ത് എത്ര പറഞ്ഞാലും ഒട്ടും കരുണയില്ലാത്ത ഏഴ് എട്ട് പേര്. നിസ്സഹായനായവന്റെ വേദനയും സങ്കടവും അന്നാണ് ഞാൻ ആദ്യമായി മനസ്സ്തൊട്ടറിയുന്നത്. ഒടുവിൽ ഇടറുന്ന ശബ്ദത്തിൽ അവസാനത്തെ അടവും ഞാൻ പുറത്തെടുത്തു. ഏതൊരു മൂന്നാം ക്ലാസ്സുകാരനും പറയുന്ന ഡയലോഗ് : വട്ട് തിരിച്ച് തന്നോ അല്ലെങ്കി ഞാൻ വീട്ടില് പറഞ്ഞ് കൊടുക്കും.

അത് കേട്ടവര് ഒട്ടും കൂസാതെ പറഞ്ഞു : ആ നീ പറഞ്ഞ് കൊടുക്ക് കാണട്ടേ ..

മനസ്സിലും കണ്ണിലും കറുത്തിരുണ്ട വെളിച്ചം വന്ന് മൂടി എന്ത് ചെയ്യണമെന്നറിയാതെ വീട്ടിലേക്കുള്ള പറമ്പ് ഞാൻ ഏന്തിവലിഞ്ഞ് കയറി പക്ഷെ അവിടെ നിന്നും എനിക്കൊരടി നടക്കാൻ കഴിഞ്ഞില്ല. അവിടെ പേരറിയാത്ത മരത്തിന് താഴെ ഇരുന്ന് ഞാൻ പൊട്ടിക്കരഞ്ഞു.

ഇനിയെന്ത് ചെയ്യും എന്ന ചോദ്യത്തിന് ഉത്തരം കണ്ടെത്താൻ എനിക്കായില്ല. എന്റെ ജീവന്റെ ജീവനായിരുന്ന വട്ട് ആ നിമിഷം എന്റെ കൂടെയില്ലാ എന്നോർത്തോർത്ത് ഞാൻ കരഞ്ഞു.എന്റെ കറച്ചിൽ കേട്ട് അടുത്തുള്ള വീട്ടിലെ ചേച്ചി പറമ്പിലേക്ക് വന്നു. എന്നോട് വിഷയം ആരാഞ്ഞു.

കരച്ചിൽ കൂട്ടി കലർത്തി ഞാൻ പറഞ്ഞു: അവരെന്റെ വട്ട് തിരിച്ച് തരണില്ല .

വട്ട് ആ ചേച്ചി മേടിച്ച് തരാന്ന് പറഞ്ഞു എന്നോട് മുഖം തുടയ്ക്കാൻ ആവശ്യപ്പെട്ടു. ഞാൻ മുഖം തുടച്ച് ചേച്ചീടെ പിന്നാലെ

ഇറങ്ങി.

ചേച്ചി അവരോട് വട്ട് തിരികെ തരാൻ ആവശ്യപ്പെട്ടു അവരൊന്നും മിണ്ടാതെ വട്ട് എന്നെ ഏൽപ്പിച്ച് അവരവരുടെ സൈക്കിളുകൾ എടുത്ത് മടങ്ങി . അന്നേരം ഇതൊന്നുമറിയാതെ ജസ്റ്റിൻ ട്യൂഷൻ കഴിഞ്ഞിറങ്ങി വന്നു.

ആ ചേച്ചിയെന്നെ തോളിൽ തട്ടി ആശ്വസിപ്പിച്ച് പറഞ്ഞയച്ചു. ആ ചേച്ചി അവിടെ ഒരു മാലാഖയായി പ്രതക്ഷപ്പെട്ടതായിരിക്കണം. പക്ഷെ ആ മാലാഖക്കും ആശ്വസിപ്പിക്കാൻ കഴിയാത്ത ഒന്ന് എന്റെ മനസ്സിൽ ആദ്യമായി മുള പൊട്ടിയിരുന്നു. 'പ്രതികാരം';

അതിനേക്കാൾ ഉപരി ഇനി ഇങ്ങനെ ഒരു സന്ദർഭം അരങ്ങേറിയാൽ അതിനെ നേരിടാൻ ഒരു മുൻകരുതൽ . പിന്നിടങ്ങോട്ടുള്ള രണ്ട് ദിവസങ്ങളിൽ ഞാൻ കണ്ട് മറന്ന ഇംഗ്ലീഷ് പഠങ്ങളും എന്റെ ചിന്തകളും ഒന്നിലേക്ക് വന്ന് നിന്നു . വിറകിന് വെട്ടിയ ചില്ലയിൽ നിന്നും രണ്ട് വടികൾ നോക്കി വെട്ടിയെടുത്ത് വട്ടിനകത്തേക്ക് കടത്തി വച്ചു. ആളൊഴിഞ്ഞ ഹാർപ്പിക് കുപ്പിയിൽ അലക്ക് സോപ്പും മുളക് പൊടിയും കലക്കിയ വെള്ളം നിറച്ചു. ചേച്ചിയുടെ പഴയൊരു റിബ്ബൺ എടുത്ത് ഹാർപ്പിക് കുപ്പിയും വട്ടിനകത്തേക്ക് തിരുകി കയറ്റി റിബൺ കൊണ്ട് കെട്ടി വച്ചു.

ഇനിയൊരിക്കൽ കൂടി അവരെ നേരിടേണ്ടി വന്നാൽ ഇതിൽ ഏതെങ്കിലും ഒന്ന് ഞാൻ അവർക്ക് നേരെ പ്രയോഗിക്കും എന്ന് മനസ്സിൽ തീർച്ചപ്പെടുത്തി.

രാത്രി ഉറങ്ങാൻ കിടക്കുമ്പോൾ പോലും ഏതെല്ലാം രീതിയിൽ അക്രമിക്കപ്പെടാം എന്നതായിരുന്നു എന്റെ ചിന്ത.പിന്നീടെല്ലാ ദിവസവും ആ വട്ടുമായി ഞാൻ ജെസ്റ്റിനെ കൊണ്ടുവരാൻ പോയി.

പക്ഷെ എന്തോ പിന്നീടൊരിക്കലും അവരെന്നോട് പ്രശ്നത്തിന് വന്നില്ല .ഞാൻ അവരെ നോക്കിയിരുന്നു പക്ഷെ അവർ എന്നെ നോക്കിയില്ല.

തിരിഞ്ഞു നോക്കുമ്പോ ഒരു ചെറു പുഞ്ചിരിയോടെ മാത്രം ഓർക്കാൻ കഴിയുന്ന മധുര പ്രതികാരം കൂടിയാണ് ആ വട്ടോർമ്മകൾ . ഒരുപക്ഷെ ഞാൻ ഇന്ന് ജീവിതത്തിൽ വരാൻ സാധ്യതയുള്ള ഏറ്റവും മോശപ്പെട്ട അവസ്ഥയെ മുൻകൂട്ടി കണ്ട് കൊണ്ട് മുൻപോട്ട് പോവുന്നുണ്ടെങ്കിൽ, ആ മുൻകരുതലിന്റെ തുടക്കം പഴയ

വട്ടോർമ്മകളിൽ നിന്നായിരിക്കണം.

മുൻകരുതലുകൾ നല്ല രീതിയിലും മോശം രീതിയിലും നമ്മളെ ബാധിക്കും . ചിലത് ടെൻഷൻ വർദ്ധിപ്പിക്കും ഉറക്കം നഷ്ടപ്പെടുത്തും പക്ഷെ അപ്പുറത്തെ വശത്ത് ആ സന്ദർഭം ജീവിതത്തിൽ ഉണ്ടാവുമ്പോൾ ഒരുപക്ഷെ ഒന്നും ചെയ്യാൻ കഴിഞ്ഞില്ലെങ്കിൽ പോലും ഉണ്ടാകുന്ന സങ്കടത്തെ നിയന്ത്രിക്കാൻ സാധിക്കാറുണ്ട് കാരണം ഞാൻ അത് മുൻകൂട്ടി കണ്ടിരുന്നു എന്നത് കൊണ്ട്തന്നെയാണ് .

മുൻകരുതലുകൾ ഒരു പരിധി വരെ വേണം എന്ന നിലപാടാണ് എന്റേത്. ജീവിതത്തെ അതിന്റെ ഒഴുക്കിന് വിട്ട് കൊടുക്കാതെ തട കുത്തി നിർത്താൻ അവ ഒരുപാട് സഹായിക്കും. പക്ഷെ അത് അധികമാക്കി ഓവറാക്കി വർത്തമാനത്തിൽ ജീവിക്കാൻ മറന്ന് പോകരുത് എന്ന് മാത്രം .

വർത്തമാനം മറന്ന് പോയാലും ജീവിതത്തിന്റെ ഒഴുക്ക് മുന്നോട്ട് പോവും, പക്ഷെ നമ്മൾ കുത്തി നിർത്തിയ തടയിൽ ഉടക്കിയങ്ങനെ കിടക്കും. അതനുവദിക്കരുത്.

വർഷങ്ങൾക്കിപ്പുറം എന്റെ ഉള്ളിലെ വട്ട് വളർന്നു വളർന്ന് സൈക്കിളും സ്കൂട്ടിയും ബൈക്കും പിന്നീട് എന്റെ സ്വപ്ന വാഹനമായ ബുള്ളറ്റും കാറും എല്ലാം ആയി ജീവിതത്തിൽ പരിണമിക്കുമ്പോഴും എന്റെ ആദ്യ വട്ടും വട്ടോർമ്മകളും മയിൽപ്പീലി തുണ്ടുകളായി എന്റെ മനസ്സിലും ജീവിതത്തിലും ഇന്നും മായാതെ നിൽക്കുന്നുണ്ട്.

"പറഞ്ഞറിഞ്ഞതിനേക്കാളും പറയാതെ ബാക്കി വെക്കുന്ന വട്ടുകളാണധികവും"

3

ഓർമ്മകളിലെ മാലാഖ

ഒന്നാം തരത്തിൽ ആദ്യമായി ചെന്നപ്പോ എന്തെന്നില്ലാത്ത ഒരു വിഷമം മനസ്സിൽ എവിടെയോ ഉണ്ടായിരുന്നു. ഇന്ന് മുതൽ പഠിക്കേണ്ടിവരുമല്ലോ എന്നോർത്തിട്ടാണോ!! അതോ ക്ലാസ്സിന് പുറത്ത് ഇടക്കിടെ എന്നെ വന്ന് നോക്കുന്ന അമ്മയെ കണ്ടിട്ടാണോ എന്നറിയില്ല.

ചുറ്റിനും എന്നേപോലെ ഒരുപാട് പേര് ഉണ്ടായിരുന്നു. ചിലരെല്ലാം കരഞ്ഞ് മൂക്കൊലിച്ച് നിൽപ്പുണ്ട് മറ്റു ചിലർ കരയണോ വേണ്ടയോ എന്നാലോചിച്ച് നിൽക്കുന്നു. പിന്നെ ഞാനും അജിയും ഒരു ബെഞ്ചിൽ ഇരിപ്പുണ്ട്.

അജി: അന്നെനിക്ക് വീടിനടുത്തൊള്ള ഒരോ ഒരു കൂട്ടുകാരൻ അവനായിരുന്നു. ഞങ്ങൾക്കിടയിൽ ചെറുപ്പം മുതലേ വല്ലാത്തൊരു ബോണ്ട് ആണ്. ഓർമ്മ വെച്ച കാലം മുതലേ കളിക്കാനും മറ്റും ഒരുമിച്ച് . ദാ ഇപ്പൊ ഒന്നാം ക്ലാസ്സിലും ഒരുമിച്ച് . പക്ഷെ അവൻ രണ്ട് വർഷം നഴ്സറിയിൽ പഠിച്ചതാണ് .ഞാനാണെങ്കില് ആ രണ്ട് വർഷം ചെലവിട്ടത് അംഗനവാടിയിലും .

ഒന്നും ചെയ്യേണ്ടതില്ലാതെ ഞങ്ങൾ പരസ്പരം സംസാരിച്ച് കൊണ്ട് ഞങ്ങടെ പേടി മാറ്റി. പിന്നെ ഇടക്കിടെ പൊത്തിന്ന് തല പുറത്തിട്ട് അമ്മയെ നോക്കി കൊണ്ടിരുന്നു.

അന്നേരം വെള്ളയും വെള്ളയും ധരിച്ച് നീല അരപ്പട്ടയും ചുറ്റി ഒരു മാലാഖ വലിയൊരു പുഞ്ചിരിയും തൂകി ക്ലാസ്സിനകത്തേക്ക് കടന്ന് വന്നു. എല്ലാരും എണീറ്റ് നിന്നു.

എന്ത് പറയണം എന്ന് ആർക്കും അറിയാൻ ഇല്ല. നേഴ്സറിയിൽ പഠിച്ച അജി ഉൾപ്പെടെ ഉള്ളവര് പറഞ്ഞാ കൊഴപ്പാവോന്ന് പേടിച്ച് ഒന്നും മിണ്ടിയില്ല.

അപ്പൊ മാലാഖ പറഞ്ഞു:" ആരെ ആദ്യയിട്ട് കാണുമ്പഴും നമ്മള് വിഷ് ചെയ്യണം ക്ലാസ്സിലാണെങ്കിലും പുറത്താണെങ്കിലും വിഷ് ചെയ്യണം കാലത്താണെങ്കിൽ ഗുഡ് മോർണിങ്ങ് ,ഉച്ചക്കാണെങ്കിൽ ഗുഡ് ആഫ്റ്റർനൂൺ ,മനസ്സിലായോ??"

വളരെ എളിയ സ്വരമായിരുന്നു ആ മാലാഖയ്ക്ക് .

അതിന്റെ അർത്ഥം പൂർണമായിട്ടും മനസ്സിലായില്ലെങ്കിലും അന്ന് ഞങ്ങൾ എല്ലാരും ഏകസ്വരത്തിൽ പറഞ്ഞു "ഗുഡ് മോർണിങ്ങ് ടീച്ചർ" . പതിയെ അർത്ഥവും മനസ്സിലാക്കി. സ്വപ്നങ്ങളിലും അമ്മ പറഞ്ഞ് തരുന്ന കഥകളിലും മാത്രം ഞാൻ കണ്ടിരുന്ന മാലാഖ ദേ എന്റെ മുന്നിൽ.

ക്ലാസ്സ് കഴിഞ്ഞ് പോരാൻ നേരം മനസ്സിലെ പേടി പകുതിയും ക്ലാസ്സ് റൂമിൽ ആ മാലാഖയുടെ പുഞ്ചിരിക്ക് മുന്നിൽ ഇറക്കിവെച്ചിട്ടാണ് ഞാൻ ഇറങ്ങിയത്. പോരാൻ നേരം അമ്മയോട് ചോദിച്ചു

: അത് ആരാ അമ്മെ??

:അത് റാണി സിസ്റ്റർ .. നിങ്ങടെ ക്ലാസ്സ് ടീച്ചർ ആണ്...

ദിവസങ്ങൾ കടന്ന് പോയി ഒരിക്കൽ കേട്ടെഴുത്ത് പരീക്ഷയിൽ ഞാൻ തെറ്റിച്ച ഉത്തരങ്ങൾക്ക് സിസ്റ്റർ എന്റെ കയ്യുടെ പിന്നിൽ ഒരു നുള്ള് വെച്ച് തന്നു. വേദനേയാക്കാൾ കൂടുതൽ സങ്കടമായിരുന്നു.

സിസ്റ്റർക്ക് ഞങ്ങളെ എല്ലാരേം വല്ല്യ ഇഷ്ടാർന്നു. എന്നെ ഇടക്കിടെ അടുത്ത് വിളിച്ച് വിശേഷങ്ങൾ ചോയിക്കും. ഒരു ചെറു പുഞ്ചിരിയോടെ അല്ലാതെ സിസ്റ്ററെ ഞാൻ കണ്ടിട്ടില്ല. പക്ഷെ അന്ന് ആ നുള്ള് തന്നപ്പോ സിസ്റ്റർടെ മുഖത്തെ പുഞ്ചിരി മാഞ്ഞു .

അത് എന്നെ വല്ലാതെ വേദനിപ്പിച്ചു. പിന്നീടൊരിക്കലും സിസ്റ്റർടെ കൈയീന്ന് ഞാൻ നുള്ള് വേടിച്ചതായി എനിക്ക് ഓർമ്മയില്ല.

എനിക്ക് നല്ല ഭാവനയുണ്ടെന്ന് ആദ്യമായി എന്റെ അമ്മയോട് പറഞ്ഞത് സിസ്റ്ററാണ്. എനിക്ക് കളർ ചെയ്യാൻ ഉള്ള കഴിവ് മനസ്സിലാക്കി തന്നതും സിസ്റ്ററാണ്. അങ്ങനെയൊരിക്കൻ കളറിങ്ങ് മത്സരത്തിനായി ഞാൻ സ്കൂളിൽ നിന്നും പുറത്ത് വരെ പോയിട്ടുണ്ട്. സിസ്റ്റർടെ സ്നേഹത്തോടെയുള്ള ശിക്ഷണമാണ് പഠിക്കാനും

പുതിയ കാര്യങ്ങൾ ചിന്തിക്കാനും അന്നെന്നെ പ്രേരിപ്പിച്ചിരുന്നത്.

ഒരു ഒന്നാം ക്ലാസുകാരന്റെ ഭാവനക്കപ്പുറം എന്നിൽ ഉരുത്തിരിഞ്ഞെത്തുന്ന കഥകളിലും കവിതകളിലും സിസ്റ്റർ അന്ന് ഉറപ്പിച്ച് തന്ന അടിത്തറയാണ് ബലം.

നാലാം തരത്തിലെ സ്കൂൾ ആനുവേഴ്സറിക്ക് സ്കൂൾ ലീഡർ എന്ന നിലയിൽ ഞാനൊരു പ്രസംഗം പറയണമെന്നിരിക്കേ എനിക്ക് പ്രസംഗം എഴുതാൻ അറിയില്ലെന്ന് പറഞ്ഞപ്പോ എനിക്ക് വേണ്ടി ഒരടിപൊളി പ്രസംഗം സിസ്റ്റർ എഴുതികൊണ്ടുവന്നു. പക്ഷെ അന്നാദ്യമായി പ്രസംഗത്തിനിടയിൽ വരികൾ മറന്ന് പോയി ആളുകൾക്ക് മുന്നിൽ ഞാൻ കണ്ണ് നിറഞ്ഞ് സ്ഥംപിച്ച് നിന്നു. അവിടെ നിന്ന് നന്ദി പറഞ്ഞ വസാനിപ്പിച്ച് നിറകണ്ണുകളോടെ സ്റ്റേജിന് പിന്നിൽ എത്തിയപ്പോ എന്നെ രണ്ട് വാക്ക് കൊണ്ടെങ്കിലും ആശ്വസിപ്പിക്കാൻ സിസ്റ്ററേ ഉണ്ടായിരുന്നുള്ളൂ...

നാലാം തരം കടന്ന് പുറത്തെത്തി ചെന്ന് വിണത് ഒരു കുത്തൊഴുക്കിലായിരുന്നു. അവിടം മുതൽ ഒരെട്ടാംതരം വരെ സിസ്റ്ററെ ഞാൻ കണ്ടിട്ടില്ല അല്ലെങ്കിൽ ശ്രദ്ധിക്കാൻ മറന്ന് പോയതാണോ ഓർമ്മയില്ല.

പിന്നീട് എന്നോ ഒരു സ്കൂട്ടി ഓടിച്ച് വരുന്ന സിസ്റ്ററാണ് മനസ്സിൽ ഉള്ളത് ആ പാസ്സിങ്ങിനിടയിലും സിസ്റ്റർ ചിരിക്കാൻ മറക്കാറില്ല..

പിന്നീട് നേരിൽ കാണാൻ ഒരുപാട് ദൂരമില്ലാതിരുന്നിട്ടും ഞാൻ ശ്രമിച്ചില്ലാ..

സിസ്റ്റർ അക്ഷരം പഠിപ്പിച്ച് വിട്ടവൻ ഇന്ന് അപകർഷതയുടെ ചെളികുണ്ടിൽ കിടക്കുകയാണെന്ന് പറയാൻ, ഒരു ലക്ഷ്യവുമില്ലാതെ മുന്നോട്ട് പോവുകയാണെന്ന് പറയാൻ എന്റെ മനസ്സ് എന്നെ അനുവദിച്ചില്ല.

സിസ്റ്ററിൽ നിന്നും ഒഴിഞ്ഞ് മാറി നടന്നു.

പിന്നീട് കുറേ കഴിഞ്ഞാണ് അറിഞ്ഞത് സിസ്റ്റർക്ക് വയ്യെന്നും നാട്ടിലേക്ക് പോയെന്നും .

പ്രാർത്ഥനയിൽ ഓർത്തിരുന്നു. പിന്നീട് കുറച്ച് കഴിഞ്ഞ് സിസ്റ്റർ വിട്ട്പിരിഞ്ഞെന്ന വാർത്തയും അറിഞ്ഞു.

കാണാതെ പോയതിൽ അതിയായ സങ്കടം ഉള്ളിൽ നിറഞ്ഞു . പക്ഷെ സിസ്റ്റർ അപ്പോഴും എന്നെ കാണുന്നുണ്ടാകുമെന്ന് മനസ്സ്

എന്നോട് പറഞ്ഞു..

ചിലരങ്ങനെയല്ലെ എത്രയൊക്കെ കാണാത്തത്ര ദൂരേക്ക് അകന്ന് പോയാലും മനസ് കൊണ്ടുള്ള അത്മബന്ധം അവരെ എന്നും മായാതെ സൂക്ഷിക്കും.

എന്റെ ബാല്യത്തിൽ എന്നെ ഇത്രയും സ്വാധീനിച്ച ഒരു ടീച്ചർ വേറെയുണ്ടായിട്ടില്ല..

മനസ്സിൽ ഓർത്ത് വെക്കുന്ന കടപ്പാടുള്ള മുഖങ്ങളിൽ ഒരിക്കലും മായാതെ ഒത്തിരി സ്നേഹത്തോടെ എന്നും റാണി സിസ്റ്റർ ...

ഓർമ്മകളിലെ മാലാഖ...

4

കുഴൽ കുപ്പായങ്ങൾ

തുണിക്കടയിൽ പോയി ഇറങ്ങാൻ നേരം ചില്ലുബിത്തിയിൽ തൂക്കിയ ബോകസറിനോട് വല്ലാത്ത ഭ്രമം തോന്നി. അപ്പനോട് പറഞ്ഞ് ഞാനും മേടിച്ചു നീല തുണിയിൽ നിറയെ വെള്ള തെങ്ങ് നട്ട ഒരെറ്റെം. വീട്ടിലെത്തി ഇട്ട് നോക്കാൻ നേരം മനസ്സ് പതിയെ ഒന്നാം തരത്തിലെ, നിലത്തിരുന്ന് ബെഞ്ചിൽ പുസ്തകം വെച്ച് പെൻസില് കൊണ്ട് അക്ഷരമെഴുതുന്ന കാലത്തേക്ക് ഓടി..

ഇന്നത്തെ ഏറ്റവും മോഡേൺ ഡ്രസ് ആയിട്ടൊള്ള ബോക്സറ് ശരിക്കും പറഞ്ഞാ മുട്ടെത്താത്ത ട്രൗസറ്. ഞാനൊക്കെ ഒന്നാം ക്ലാസ്സിലെ സ്കൂള് യൂണിഫോം ആയി ഇട്ടോണ്ടിരുന്നതാണ്. ഇന്ന് തത് ട്രെൻഡ്.

യൂണിഫോമിന്ന് അളവ് കൊടുത്ത് വരുമ്പോ കല്യാണത്തിന് ഡ്രെസ് എടുത്ത പവറായിരുന്നു. പക്ഷെ അത് തയ്പിച്ച് ഇട്ട് കഴിയുമ്പോ പഴയ പോലീസ്കാരെ ഓർമ്മ വരും.

ഏറ്റവും വലിയ സങ്കടം, കളിച്ചും വീണും കറുത്തിരുണ്ട കാൽമുട്ടുകളെ മറയ്ക്കാൻ പോലും സാധനം താഴോട്ടില്ലെന്നുള്ളതായിരുന്നു. എന്നിട്ട് അതിനുള്ളിലേക്ക് കൊഴല്പോലെ തയിച്ച ഷർട്ടും ഇൻ ചെയ്ത് മൂന്ന് കളറൊള്ള സ്കൂള് ബെൽറ്റ് ഇട്ട് ഫുൾ ഗെറ്റപ്പിൽ ഒരു പോക്കായിരുന്നു സ്കൂളിലേക്ക്.

പുതുതായി തയ്പ്പിച്ച ഷർട്ടിന് ഒരു പുത്തൻ കോടിയുടെ വാസന ഉണ്ടാവും പിന്നെ പുതുതായി വാങ്ങിയ പുസ്തകത്തിന്റെ മണം ബാഗിന്റെ ഉള്ളിലെ മണം പിന്നെ സ്കൂളിൽ പോവാൻ നേരം പെയ്യുന്ന മഴയിൽ നന്നയുന്ന പുതു മണ്ണിന്റെ മണം അവിടെ നിവരുന്ന

വിസിലുള്ള പോപ്പി ക്കുടയിലെ മണം ..

ഹൊ ഒരു കുഴൽ കുപ്പായക്കാരന് ഈ മണങ്ങളെല്ലാം പുതുതാണ് .അത് പതിഞ്ഞത് എന്റെ ശ്വസന ഗ്രന്ഥികളിലല്ല മറിച്ച് എന്റെ മനസ്സിന്റെ പുതിയ ഒരറയിലാണ്

ചില ദിവസങ്ങളിൽ നേരം വൈകി ബാഗും പൊത്തിപ്പിടിച്ച് ഓടുമ്പോ പിച്ചള്ള കൊണ്ടൊള്ള ബെൽറ്റിന് മുന്നിലെ ബക്കിൾ ലൂസ് ആയി കിടന്ന് ശബ്ദമുണ്ടാക്കാൻ തുടങ്ങും ക്ലിങ് ക്ലോങ്ങ് പ്ലിങ്ങ് ....പിന്നെ മറ്റേ കൈ കൊണ്ട് ബെൽറ്റും പൊത്തി പിടിച്ച് ഓടണം.

സ്കൂളിൽ എത്തി ആദ്യത്തെ ഇന്റർവെൽ വരെ എല്ലാരും ഷാരൂഖ് ഖാനും കാജോളും ഒക്കെ ആയിരിക്കും .ബെല്ല് അടിച്ച് മൂന്നാമത്തെ അവറ് ക്ലാസ്സ് കൂടുമ്പോ ക്ലാസ്സിൽ ഉഷ്ണം കൂടും.

എന്താ സംഭവം ; കളിച്ച് തിമിർത്ത് വിയർത്ത്കുളിച്ച് കയറി ക്ലാസ്സിൽ ഇരുന്നിട്ടാണ് . പിന്നെ പതിയെ വിശക്കാൻ തുടങ്ങും ഇത് അവർക്കും അറിയുന്നത് കൊണ്ടായിരിക്കണം. നാലാമത്തെ പിരിഡ് കണക്ക് സയൻസ് അഥവാ പരിസ്ഥതി പഠനം എന്നീ തല പൊട്ടിതെറിക്കുന്ന വിഷയങ്ങൾ ഒഴിവാക്കാറുണ്ട്.

ഉച്ച ബെല്ലടിക്കാൻ സമയമായാൽ പിന്നെ ഒരോട്ടമാണ്. ഞാനും പിന്നെ ഞാൻ വിളിക്കുന്ന ഒരുത്തനും . മിക്കവാറും അത് സിന്റപ്പനോ ബിബിനോ ഒക്കെ ആവാറാണ് പതിവ്. ഉച്ചകഞ്ഞി എടുക്കാനാണ് .

ഒന്ന് മുതൽ പത്ത് വരെ ഉള്ളവർക്ക് സർക്കാർ മനസ്സറിഞ്ഞ് നൽകിയിരുന്ന നീളൻ ചോറും ചെറുപയറു കറിയും ചില ദിവസങ്ങളിൽ അത് പരിപ്പ് കറിയായി പരിണമിക്കും. എന്തായാലും ഞങ്ങള് ഹാപ്പി ആണ് . രണ്ടും കൂട്ടി ഒരു പിടി പിടിച്ചാ 4 മണിക്കത്തെ ക്ലാസ്സും കഴിഞ്ഞ് രണ്ട് റൗണ്ട് കളി കഴിയുന്നത് വരെ വിശക്കാതെ പിടിച്ച് നിൽക്കാം. ഈ ഉച്ചക്കഞ്ഞിയെടുക്കാൻ ഞാൻ തന്നെ പോകുന്നതിന് പിന്നിലും ഒരു കൊച്ചു കഥയുണ്ട്..

ഒന്നാം തരം മുതൽ നാലാം തരം വരെ ക്ലാസ്സ് ലീഡർ എന്ന പദവി എന്റെ കയിൽ ഭദ്രമായിരുന്നു. ഒന്നും ഞാൻ ഏറ്റെടുത്തതായിരുന്നില്ല . പഠന മികവ് കൊണ്ടാണെന്ന് പറയാൻ പറ്റോച്ചാ തരക്കേടില്ലാതെ പഠിക്കും. കൂടുതൽ മാർക്ക് നേടുന്ന ഒരു പത്ത് പേരിലൊക്കെ എവടേലും കാണുമായിരുന്നു. ആ പദവി മൂന്നാം തരത്തിന്റെ ഇടയിൽ കുറച്ച് നാൾ എന്നിൽ നിന്ന് നഷ്ടപ്പെട്ടിരുന്നു എന്നതൊഴിച്ചാൽ നാല്

തരത്തിലും കളിച്ചും കിളച്ചും പാകപ്പെട്ട ഒരു ലീഡർ ആയിരുന്നു.

അക്കാലത്ത് സ്ക്കൂളിൽ ചെറിയ പച്ചക്കറി കൃഷി ഉണ്ടായിരുന്നു. ഞങ്ങളും ടീച്ചേഴ്സും ഒന്നിച്ച് നിന്ന് വെച്ച് പിടിപ്പിച്ച് വെള്ളമൊഴിച്ച് വളർത്തിയെടുത്ത വെണ്ടക്കയും കോവക്കയും തക്കാളിയും ചീരയും. പരസ്ഥിതി ദിനത്തിൽ സ്ക്കൂളിന്റെ ചുറ്റുപാടും അപ്പുറത്തെ റോഡും മറ്റും വൃത്തിയാക്കലും എല്ലാം സജീവമായി നടന്നിരുന്ന കാലമായിരുന്നു അത് . അതിനും ഞങ്ങൾ കുറച്ച് പേർ തന്നെ മുൻപന്തിയിൽ. വൃത്തിയാക്കാനും വാരാനും കൊറേ പച്ചപുല്ല് മാത്രേ ഉണ്ടാവാറുള്ളൂ..കാരണം അന്ന് പ്ലാസ്റ്റിക് വിമുക്ത വിദ്യാലയം നടപ്പിലാകുന്നതിന് മുമ്പേ തന്നെ മഞ്ഞ നിറമടിച്ച ഓടിട്ട ആ കെട്ടിടം ഒരു സ്ക്കൂളാണെന്ന തിരിച്ചറിവ് നാട്ടുകാർക്കും പള്ളിക്കുന്ന് സെന്ററിലെ കച്ചവടകാർക്കും ഉണ്ടായിരുന്നു എന്നത് തന്നെയാണ്.

പിന്നെ ഉച്ചക്കഞ്ഞി വെക്കാൻ അടുക്കളയിലേക്ക് അടുപ്പു കത്തിക്കാനുള്ള വിറക് വരും അത് പോയി ഇറക്കാനും ഞങ്ങൾ തന്നെയാണ് സ്ഥിരക്കാര് .

യുവജനോത്സവ വേദികളിൽ കവിതാപാരായണവും പ്രസംഗവുമായി ഞാൻ കയറുമ്പോ ഡാൻസും കഥ പറച്ചിലും മോണോഏക്റ്റുമായി ഒപ്പമുള്ളവർ കസറും.

കായിക മേളകളിൽ ഓട്ടവും ചാട്ടവും അത് മറുവശത്ത് .

പഠന മികവിന്റെയും കലാ കായികമേളകളുടേയും എല്ലാം സമ്മാനം സ്ക്കൂൾ ആനുവേഴ്സറി ദിവസം സ്റ്റേജിൽ കയറി വാങ്ങുമ്പോ ഈ കുഴൽ കുപ്പായക്കാരന്റെ മനസ്സ് സന്തോഷം കൊണ്ട് നിറയും. ഞാൻ സമ്മാനം മേടിക്കുന്നത് കാണാൻ അമ്മ വരും ചെലപ്പോ ചേച്ചിയും . ആളുകൾക്കിടയിൽ നിന്ന് അവരും കൈയടിക്കുന്നത് കാണുമ്പോ സന്തോഷം കൊണ്ട് കണ്ണും മനസ്സും ഒരുമിച്ച് നിറയും. അന്ന് പരിപാടി കഴിഞ്ഞ് വീട്ടിലോട്ട് പോവുമ്പോ മൂന്ന് പേരടേം കയില് എന്റെ ആ ഒരു വർഷത്തെ സന്തോഷത്തിന്റെ ഷീൽഡുകളും ട്രോഫികളും സർട്ടിഫിക്കറ്റുമെല്ലാം ഇരുന്ന് ചിരിക്കുന്നുണ്ടാവും.

ആരോടും അസൂയയില്ല പരിഭവമില്ല എല്ലാം നേടിക്കഴിഞ്ഞവനേ പോലെ സന്തോഷവാനായിരുന്നു അന്നെല്ലാം ഞാൻ .

ഇതായിരുന്നു കുഴൽ കുപ്പായക്കാരന്റെ ഒരു വശം മറുവശത്ത് അത്യാവശ്യത്തിന് വഴക്കാളിയായ ശാഠ്യം പിടിക്കുന്ന ഒരു 8 വയസ്സുകാരൻ ഉണ്ടായിരുന്നു.

എഴുത്തു പരീക്ഷകളിൽ അടുത്തിരിക്കുന്നവന് പറഞ്ഞ് കൊടുക്കുന്ന കുട്ടിക്കുറുമ്പുകൾ കൊണ്ട് പിടിവീഴുന്ന കൂട്ടുകാരെ ലീഡറിന്റെ സ്വാധീനം വച്ച് രക്ഷിച്ചെടുക്കുന്ന ഇന്നത്തെ കലിയുഗ രാഷ്ട്രീയത്തിലെ ഒരസുരവിത്ത് എന്നിൽ അന്ന് മുള പൊട്ടിയിരുന്നു.

ക്ലാസ്സിലോ മറ്റോ എന്തെകിലും തല്ലു കൊള്ളിത്തരം ആരെങ്കിലും കാണിച്ചാൽ കാര്യത്തിന്റെ ഗൗരവമനുസരിച്ച് ക്ലാസ്സിൽ തീർക്കേണ്ടതാണെങ്കിൽ ടീച്ചർ ക്ലാസ്സിൽ തന്നെ തീർക്കുമായിരുന്നു.

പലപ്പോഴും ഉയരുന്ന പ്രധാന പ്രശ്നം എന്റെ ക്ലാസ്സിലെ പിള്ളാരും അപ്പുറത്തെ ക്ലാസ്സിലെ പിള്ളാരുമായുള്ള തല്ലിപ്പിടിയായിരുന്നു. പല തല്ലു പിടികളിലും ഉൾപെട്ടിരുന്നത് എന്റെ കൂട്ടുകാരായത്കൊണ്ട് ലീഡർ എന്ന രീതിയിൽ ഞാൻ സാക്ഷി പറയുന്നതോടെ ആ പ്രശനം അവിടെ തീരും.

പക്ഷെ പതിയെ പതിയെ മറ്റ് ക്ലാസ്സുകാർ അടക്കം പറയുകയും ഭയപ്പെടുകയും ചെയ്യുന്ന ഒരു കൂട്ടമായി ഞങ്ങൾ മാറി .. ടീച്ചേഴ്സ് അറിയാതെ ഒതുങ്ങിപോയ എത്രയോ അടിപിടികൾ .

അങ്ങനെ അവർക്കൊപ്പം എന്നിലെ ശാഠ്യക്കാരന്നും വളർന്നു . ആ വളർച്ചയിലാണ് മൂന്നാം തരത്തിലെ ലീഡർ സ്ഥാനം നഷ്ടമാകുന്നത്.

ക്ലാസ്സിൽ ഉച്ചക്കഞ്ഞി സമയത്ത് കൂടെയുള്ളവന്റെ ഭക്ഷണത്തിൽ കയ്യിട്ട് വാരുന്നത് പതിവായിരുന്നു. അന്നും ഇന്നും ഉപ്പിലിട്ട ലൂവിക്ക എന്റെ വീക്ക്നസ്സാണ്. അത് സ്ഥിരമായി കൊണ്ടുവരുന്ന ക്ലാസ്സിലെ ഡേവിഡിനോട് ഞാൻ പണ്ടേ പറഞ്ഞ് വച്ചിട്ടുള്ളതാണ്: "ആരൊക്കെ എടുത്താലും ഇല്ലേലും ഉച്ചക്കഞ്ഞി വിളമ്പി കൊടുത്ത് കഴിഞ്ഞ് ഞാൻ വരുമ്പോ എനിക്ക് രണ്ട് ലൂവിക്ക വേണം" എന്ന്.

പക്ഷെ അന്ന് അവന് മുൻനിരയിലെ ഒരു പല്ല് ഇളക്കി പറിച്ച് കളഞ്ഞതിന്റെ വേദനയും തലവേദനയും ഒക്കെ കൂടി ആയിട്ട് ചോറ്റുപാത്രം തുറന്നപ്പോ ഉണ്ടായിരുന്ന നാല് ലൂവികേല് രണ്ടെണ്ണം അപ്പുറത്തെ വിരുദൻമാര് അടിച്ച് മാറ്റി ഇവനാണെങ്കി വയ്യാത്തോണ്ട് തടയാനും പറ്റില്ല.

ഞാൻ വരുമ്പോ ഇവൻമാരു ലൂവിക്ക തിന്നുന്നു, ഡേവിഡിന്റെ പാത്രത്തിലാണേൽ ബാക്കി രണ്ട് ലൂവിക്ക മാത്രം. ഞാൻ അതെടുക്കാൻ ചെന്നപ്പോ തരാൻ പറ്റൂലാ വേറെ കൂട്ടാൻ ഇല്ലാന്നൊക്കെ പറഞ്ഞ് അവൻ എന്റെ കൈ തട്ടി മാറ്റി.

പെട്ടന്ന് എന്നിലെ ശാഠ്യക്കാരൻ പുറത്ത് വന്നു. ഞാൻ ആദ്യമായി ജനാധിപത്യ വിരുദ്ധമായി പരസ്യമായി അത് ചെയ്തു;

അപ്പുറത്തിരുന്നവന്റെ പുഴുങ്ങിയ മൊട്ടേടെ തൊണ്ട് കൈയിലിട്ട് പൊടിച്ച് അവന്റെ ചോറിലേക്ക് വിതറി ഒപ്പം ഒരു പഞ്ച് ഡയലോഗും: "എനിക്ക് തരാണ്ട് നീ തിന്നോ അതെനിക്കൊന്ന് കാണണം"

അതും പറഞ്ഞ് ഞാൻ ചോറുണ്ട് ഇറങ്ങി പോയി പക്ഷെ സംഗതി പാളീന്ന് മനസ്സിലായത് പിറ്റേന്ന് ഉച്ചക്കാണ്.

പിറ്റേന്ന് ഉച്ചക്കഞ്ഞി വിതരണം കഴിഞ്ഞ് ക്ലാസ്സിലേക്ക് കോണി കയറുമ്പോ അജി വന്ന് പറഞ്ഞു : ടാ ഇപ്പോ ക്ലാസ്സിൽ പോവണ്ടാ ഡേവിഡിന്റെ അമ്മ വന്നട്ട്ണ്ട് നിന്നെ അന്വേഷിക്ക്ണ്ട് നല്ല ദേഷ്യത്തിലാണ് നി ഇപ്പോ പോണ്ടാ!!

"അവന്റെ അമ്മ ക്ലാസ്സിലേക്ക് വന്ന സ്ഥിതിക്ക് എന്തായാലും സ്റ്റാഫ് റൂമിലും കയറി കാണും ടീച്ചേഴ്സ് എല്ലാം അറിഞ്ഞ് കാണും ,ഒളിച്ചിട്ടൊന്നും കാര്യല്ലാ എന്ന് ഉറപ്പായി"

ഞാൻ ഉള്ള് ആന്തി ക്ലാസ്സിലേക്ക് കയറി ചെന്നു .എന്നെ കണ്ടതും അവന്റെ അമ്മ എനിക്ക് നേരെ ഓടി അടുത്തു. സത്യത്തിൽ അവന്റെ അമ്മ എന്നെ പറഞ്ഞ ചീത്തകളിൽ നിന്നാണ് അവന്റെ പല്ലു പോയ സംഭവം ഞാനറിയുന്നത്. അന്ന് വയ്യാതിരുന്ന അവൻ ഉച്ചക്ക് ചോറ് കഴിച്ചില്ലാ വീട്ടിൽ വന്ന് കിടപ്പായിരുന്നു എന്ന് കൂടി അറിഞ്ഞപ്പോ കുറ്റബോധം കൊണ്ട് എന്റെ നെഞ്ച് പിടഞ്ഞു. ഒന്നും മിണ്ടാതെ നിൽക്കുന്ന എനിക്ക് നേരെ ഓളിയിട്ട് സംസാരിക്കുന്ന തന്റെ അമ്മയെ അവൻ തന്നെ സമാധാനിപ്പിച്ച് മടക്കിയയച്ചു . പക്ഷെ അപ്പോഴും എന്റെ മനസ്സ് വിങ്ങുകയായിരുന്നു.

അന്ന് വരെ ഞാൻ ചെയ്യാത്ത എന്തോ വലിയ തെറ്റെന്ന പോലെ അവന്റെ അമ്മയുടെ വാക്കുകൾ എന്നെ കുത്തി നോവിച്ചു .

അതിനിടയിൽ എപ്പോഴോ ഞാൻ ചെന്ന് ഡേവിഡിനോട് മാപ്പ് പറഞ്ഞു .അവൻ മനസ്സില്ലാ മനസ്സോടെ എന്നെ ആശ്വസിപ്പിച്ചു.

എന്നിട്ടും ഞാൻ അസ്വസ്ഥനായിരുന്നു.ഉച്ച കഴിഞ്ഞ് ക്ലാസ്സ് കൂടി അഞ്ചാമത്തെ പിരീഡ് പതിവ് തെറ്റിച്ച് ക്ലാസ്സ് ടീച്ചർ ബിന്ദു ടീച്ചർ കയറി വന്നു.

ടീച്ചറും എല്ലാരടേം മുന്നിൽ വച്ച് കുറേ ചീത്ത പറഞ്ഞു തല്ലീല്ല .

"എന്തിനാ തല്ലുന്നേ അതിലും വലിയ വേദനയല്ലേ മനസ്സിന്",

ഒടുവിൽ ടീച്ചർ പറഞ്ഞു: ഇനി നീ ലീഡർ ആവണ്ടാ.. ഇങ്ങനെ ഒരു തെറ്റ് ചെയ്തട്ട് നിന്നെ എങ്ങനാ ഇവർടെ ലീഡർ ആക്കാ!! വേറെ ആളാവട്ടെ "

ചങ്കിൽ ഒരു കല്ലിന് മുകളിൽ മറ്റൊരു കല്ല് കയറ്റി വെച്ച വേദന അടക്കിപിടിച്ചു നിന്നു .

അന്ന് മുതൽ ദേഷ്യം നിയന്ത്രിക്കാൻ തുടങ്ങി . കൊറച്ചുടെ നന്നായി പഠിച്ചു ലീഡറല്ലാത്തോണ്ട് വേറെ ഒന്നിലും ശ്രദ്ധിക്കണ്ടല്ലോ.

അരകൊല്ല പരീക്ഷ വന്നെത്തി എല്ലാ വിഷയത്തിലും മോശമല്ലാത്ത മാർക്ക് വാങ്ങി.

പതിയെ ശിക്ഷയുടെ കാലാവധി തീർന്നു. ലീഡർ സ്ഥാനം വീണ്ടും എന്നിലേക്ക് വന്ന് ചേർന്നു..

അന്ന് ഞാൻ പഠിച്ച പാഠമാണ് ഇപ്പോഴും എന്നിലെ തീരുമാനങ്ങളിൽ പ്രതിഫലിക്കുന്നത്

" എന്ത് ചെയ്യുന്നതിന് മുമ്പും രണ്ട് വട്ടം ആലോചിക്ക്യാ ,സന്ദർഭം ഏതും ആകട്ടെ പക്ഷെ പിൻതിരിഞ്ഞ് നോക്കുമ്പോ കുറ്റബോധം തോന്നിപോകരുത്."

അങ്ങനെ മൂന്നാം തരത്തിനൊടുവിൽ ഞങ്ങളെ ചേട്ടൻമാരും ചേച്ചിമാരുമായി ടീച്ചേഴ്സ് പ്രഖ്യാപിക്കുകയും നാലാം തരം അതായത് എൽ പി യിലെ ഏറ്റവും വലിയ തരക്കാരായി ഞങ്ങൾ മാറുകയും ചെയ്തു.

ആ മാറ്റം വേഷവിധാനത്തിലും അലയടിച്ചു. ഞങ്ങളിൽ പലരും ഞാനുൾപ്പടെ ട്രൗസറിൽ നിന്ന് പാന്റ്സിലേക്കും പെൺകുട്ടികളിൽ ചിലർ മുറി പാവാടയിൽ നിന്ന് ഉപ്പുറ്റി വരെ നീളുന്ന പാവാടയിലേക്കും വഴി മാറി. കടും നീല ബൂട്ട് കട്ട് പാന്റ്സും ഇളം നീല ഷർട്ടും ഇട്ട് ചെത്തി നടന്ന നാളുകാളായിരുന്നു അത്.

അവിടെ വച്ചാണ് സ്കൂൾ ലീഡർ എന്ന വലിയ പദവി റോബിൻ മാഷ് (ഹെഡ് മാസ്റ്റർ) എന്നെ ഏൽപ്പിക്കുന്നത്. വൈസ് ലീഡറായി

എന്റെ ക്ലാസ്സിലെ തന്നെ കുട്ടി ജിസ്മിയും.

ഓരോ മാസത്തിലും ഒരിക്കൽ സംഘടിപ്പിച്ചിരുന്ന ലീഡേഴ്സ് മീറ്റിംങ്ങുകൾ അവിടെ പ്രധാന വിഷയം അവതരിപ്പിക്കാൻ ഞങ്ങൾ രണ്ടു പേരും. വിദ്യാർത്ഥി പ്രവർത്തനങ്ങളുട റിപ്പോർട്ട് ഉണ്ടാക്കൽ ,കലാ കായിക മത്സരങ്ങളിൽ കുട്ടികളുട ലിസ്റ്റുണ്ടാക്കൽ, ഉപജില്ലാ കലോത്സവവേദികളിലേക്ക് മാഷിനൊപ്പം കുട്ടികളെ കൂട്ടിക്കൊണ്ട് പോകൽ, എന്നിങ്ങനെയെല്ലാം എനിക്ക് പുതിയ കർത്തവ്യങ്ങളായിരുന്നു.

ആയിടെ അസംബ്ലിക്ക് പ്രതിജ്ഞ ചൊല്ലുന്നത് ഞാനോ ജിസ്മിയോ ആയിരുന്നു. സ്ക്കൂൾ ബെല്ല് അടിക്കുന്ന ചേച്ചി വരാത്ത ദിവസങ്ങളിൽ അതും എന്റെ ജോലിയായിരുന്നു.

പിന്നെ സ്ഥിരമായുള്ള ഉച്ചക്കഞ്ഞി വിതരണം . അത് കഴിയുമ്പോഴേക്കും നീലഷർട്ടിൽ പുള്ളിമാനിന്റെ തോലു പോലെ മഞ്ഞകുത്തും കലയും നിറഞ്ഞിരിക്കും.

"കൊള്ളാവല്ലോടാ മക്കളെ മുടുക്കനായി" എന്ന് പറയാൻ കൂടെ ഒരുത്തൻ എന്തായാലും കാണും. അതോണ്ട് വലിയ സങ്കടമില്ലാതെ മഞ്ഞക്കുത്തുകൾ കഴുകി പോകും .

ആയിടെയാണ് സ്കൂളിൽ പുതിയ ഊഞ്ഞാലും മറ്റുമുള്ള പാർക്ക് രൂപീകരിച്ചത് പിന്നെ കളിയും പരിപാടികളും അതിലായി.

ഇതിനിടയിൽ പഴയ ഓടിട്ട മഞ്ഞ നിറമുള്ള കെട്ടിടം രണ്ട് നിലയുള്ള കോൺക്രീറ്റ് സമുച്ചയമായി . പുതിയ ക്ലാസ്സ് റൂമുകൾ പുതിയ ബെഞ്ച് ഡസ്ക് പുതിയ കൊടിമരം കോളാമ്പി സ്പീക്കറിന് പകരം ഓരോ ക്ലാസ്സിലും സ്പീക്കർ അങ്ങനെ മാറി.

സ്കുളിന്റെ മനസ്സ് മാറിയിരുന്നോ ?? ഇല്ല ..പക്ഷെ ഓടിട്ട ക്ലാസ്സിന്റെ ജനൽഇല്ലാ പാളികളിലും ചുവരില്ലാ വരാന്തകളിലും തട്ടിക്കളിച്ച ബാല്യം നാല് ചുവരുകൾക്കുള്ളിലെ ഗ്രില്ലിട്ട വരാന്തകളിലേക്ക് ഒതുങ്ങി. ഒപ്പം കുറച്ച് വിലക്കുകളും.

കളിയും ചിരിയും കർത്തവ്യങ്ങളും ഉത്തരവാദിത്യങ്ങളും നിറഞ്ഞ നാല് കൊല്ലം കടന്ന് പോയി.

അതിന് ശേഷമാണ് എന്റെ ജീവിതം വലിയൊരു വളവ് തിരിഞ്ഞ് ബ്രേക്ക്ഡൗൺ ആയി നിന്നത്.

5

അമ്പ് പെരുന്നാൾ

മനസ്സിനും ശരീരത്തിനും ഒരു പോലെ ആവേശം പകരുന്ന ഒരു വല്ലാത്ത ലഹരിയായിരുന്നു ഓരോ പെരുന്നാളുകളും.

കൊല്ലം പിറന്നാൽ ജനുവരി തൊട്ടേ എന്റെ ദേശത്തിനടുത്തുള്ള പെരുന്നാളുകൾക്ക് തുടക്കമാവും. വെണ്ടൂർ മണ്ണംപേട്ട വരന്തരപ്പിള്ളി വേലൂപ്പാടം മുപ്ലിയം എന്നിങ്ങനെ ഓടി നടന്ന് പെരുന്നാള് കാണുന്ന തിരക്ക് പിടിച്ച സമയങ്ങളായിരുന്നു അത്.

ഇതിനിടയിൽ ജനുവരി അവസാനത്തിലേ എന്റെ പള്ളിയിൽ കൊടി കയറും ഫെബ്രുവരി ആദ്യത്തെ ശനി ഞായർ പെരുന്നാളും. പള്ളിക്കുന്ന്; എന്റെ ദേശം. എന്റെ അമ്മാമ്മേടെ കാലം തൊട്ടേ പറഞ്ഞ് കേട്ട അറിവാണ് ഇവിടെ ബേന്റ് സെറ്റിന് പേര് കേട്ട നാടാണ് എന്നത്. പണ്ടെല്ലാം ബേന്റ് കാണാൻ വേണ്ടി മാത്രം രാത്രി അമ്പിന് പല ദേശത്ത് നിന്നും ആളുകൾ വരുമായിരുന്നു പോലും..

സെന്റ് ജോർജ്, സെന്റ് മേരീസ് എയ്ഞ്ചൽ വോയ്സ് എന്നിങ്ങനെ നീളുന്ന ബാന്റ് ട്രൂപ്പുകൾ ഈ ദേശത്തിന് തന്നെ സ്വന്തമായി ഉണ്ടായിരുന്നു. ചില ട്രൂപ്പുകളിൽ രണ്ട് ടീമുകൾ വീതം കാണും.

ഓഫ് സീസണിൽ പകൽ എല്ലാം പെയ്ന്റ് പണിക്കും മറ്റും പോയി കുടുംബം പുലർത്തുന്ന കലാകാരൻമാര് രാത്രിയിൽ പുതിയ പാട്ടുകളുടെ പ്രാക്ടീസിനായി ഒന്നിച്ച് കൂടും. ഓരോ വർഷവും ഇറങ്ങുന്ന പാട്ടുകളെ വായിച്ച് പഠിച്ചും, പഴയ ക്ലാസ്സിക്കുകളെ പൊടി തട്ടിയും രാത്രികളിൽ സ്വരമാധുര്യത്തിന്റെ നാദ തരംഗങ്ങൾ പൊഴിക്കും.

രാത്രികളിൽ എന്റെ വീടിന്റെ ഓരോ കോണിൽ നിന്നും കാതോർത്താൽ ഓരോ ട്രൂപ്പുകളുടെ ഗാനാലാപനങ്ങൾ , മൂളുന്ന ചീവീടുകളുടെ കോറസ്സിനൊപ്പം ദൂരേ നിന്നും കേൾക്കാമായിരുന്നു. അവയിൽ മുഴുകിയുള്ള ഉറക്കം ഒരു സുഖമുള്ള ഏർപ്പാടാണ്.

പെരുന്നാൾ സീസണായാൽ ഒരോ ബാന്റ് വാദ്യക്കാരന്റെ മുഖത്തും സന്തോഷത്തിന്റെ ഒരു ചിരി തെളിഞ്ഞു നിൽക്കും. തേച്ചുമിനുക്കിയ കുപ്പായം ഇട്ട് പത്തിന്റേം അമ്പതിന്റേം നൂറിന്റേം നോട്ട് മാലകൾ കഴുത്തിൽ ഇട്ട് കൊണ്ട് വല്ലാത്തൊരു ഗമയിൽ നിന്ന് ബാന്റ് വായിക്കുന്ന ഓരോ കലാകാരനെയും നോക്കി വാ പൊളിച്ച് നിന്നിട്ടുണ്ട് ഞാൻ ഒരുപാട് തവണ.

പതിയെ പതിയെ എന്റെ നെഞ്ചിന്റെ താളവും ബാന്റിന്റെ താളവും ഒന്നാണെന്ന് തോന്നിപ്പോവും . കൈകൾ പതിയെ ഉയരും .കാലുകളിൽ നൃത്തചുവടുകൾക്ക് തുടക്കം കുറിക്കും. പിന്നെ കൊട്ട് നിൽക്കുന്നത് വരെ തുള്ളലാണോ നൃത്തമാണോ എന്നറിയാത്ത ഒരു പ്രത്യേക ബാധ എന്നെ കീഴടക്കും. എന്നെ മാത്രമല്ല ബാന്റിനെ സ്നേഹിക്കുന്ന സംഗീതത്തെ സ്നേഹിക്കുന്ന ആർക്കും ബാധ കേറും.

ചെറുപ്പം മുതൽക്കേ ബാന്റ് സെറ്റ് എന്റെ സിരകളിലെ താളമാണ്.

എന്റെ പള്ളി മാതാവിന്റെ പേരിൽ സ്ഥാപിതമാണെങ്കിലും ഇവിടെ മാതാവിന്റെ പെരുന്നാളിനേക്കാൾ ആഘോഷം വി.സെബസ്ത്യാനോസിന്റെ തിരുന്നാളിനാണ്. അതാണ് അമ്പ് പെരുന്നാൾ .

പെരുന്നാൾ എന്നും ഒരു കൂട്ടായ്മയുടെ ആഘോഷമായിരുന്നു. ആ കൂട്ടായ്മയ്ക്കും ഒത്തുകൂടലിനും വേണ്ടിയുള്ള ഒരുക്കങ്ങൾ ഒന്നോ രണ്ടോ മാസം മുന്നേ എല്ലാവരിലും തുടങ്ങും.

ചെറുപ്പം മുതലേ പെരുന്നാളെന്ന് കേൾക്കുമ്പോഴേ മനസ്സിലേക്ക് ഓടിക്കയറുന്ന കുറച്ച് മണങ്ങളുണ്ട്. പിണ്ടിയിൽ കുത്താനായി ഒരു മാസം മുമ്പ് തൊട്ടേ ഉണ്ടാക്കിതുടങ്ങുന്ന വർണതോരണങ്ങൾ പച്ച ഈർക്കലിൽ ഒട്ടിക്കാനായി കലക്കുന്ന മൈത പശയുടെ മണം . ആ പശയെടുത്ത് നീളനെ തലങ്ങും വിലങ്ങും കെട്ടിയ ചാക്ക് ചെരടിൽ കൈ കൂട്ടിപ്പിടിച്ച് തേച്ച് പിടിപ്പിച്ച് അതിൽ ഒട്ടിക്കുന്ന ചൈന പ്പേപ്പറിൽ വെട്ടിയ അരങ്ങിന്റെ മണം. പെരുന്നാളിന് ഒരാഴ്ച മുമ്പേ അമ്മായിയും അമ്മയും ആന്റിയും ഒക്കെ ചേർന്ന് ഉണ്ടാക്കുന്ന

അച്ചപ്പത്തിന്റേം കുഴലപ്പത്തിന്റേം മണം. പെരുന്നാളിന് തലേന്ന് ഉണ്ടാക്കുന്ന വട്ടയപ്പത്തിന്റേം ഉണ്ണിയപ്പത്തിന്റേം മണം .

പെരുന്നാളിന്റെ അന്ന് കാലേ തന്നെ വെല്ലിമ്മമാരെല്ലാം വീട്ടിലെത്തും. പിന്നെ അവരും അമ്മയും ചേച്ചിയും ഒക്കെ കൂടി അടുക്കളയിൽ ഒരാഘോഷമാണ്. ഉച്ചയാവുമ്പോഴേക്കും ചൂടാവി പറക്കുന്ന വിഭവങ്ങൾ റെഡിയാകും. കോഴിക്കറി, പോത്ത് വരട്ടിയത് : പോർക്ക് കുഴമ്പ് മീൻ കറി, മീൻ വറുത്തത്, അച്ചാറ്, കാബേജ് ഉപ്പേരി. ഇത്രേം ഐറ്റം അടുക്കളപ്പുറത്ത് സെറ്റാവും. അതിനെ വെട്ടിയ വാഴയില കൊണ്ട് മൂടി വയ്ക്കുമ്പോ അതിൽ നിന്നും പറക്കുന്ന ആവി വാഴയിലയിൽ തട്ടി തടഞ്ഞ് പുറത്തേക്ക് വരുമ്പോ ഒരു പ്രത്യേക വാസനയാണ്.

പിന്നെ മനസ്സിൽ ഒരിക്കലും മായാതെ കിടക്കുന്ന മണം വെടിമരുന്നിന്റേതാണ്. പടക്കവും ബാന്റ്സെറ്റും പള്ളിക്കുന്നിന്റെ അമ്പിന്റെ ആനച്ചന്തങ്ങളായിരുന്നു.

എന്റെ ഭാഗത്ത് പടക്കങ്ങൾ കൊണ്ട് കൂമ്പാരം തീർത്ത് തീഗോളങ്ങൾ സൃഷ്ടിക്കുന്ന വീടുകൾ ഒത്തിരി ഉണ്ടായിരുന്നു. അതിലൊന്ന് എന്റെ അച്ചന്റെ വീടായിരുന്നു. അനൂപ് ചേട്ടനും അനീഷ് ചേട്ടനും പൊട്ടിക്കുന്ന പടക്കത്തിന് തീഗോളത്തിന്റെ ചന്തമുണ്ടായിരുന്നു.

അന്ന് മുതൽക്കെ പടക്കം പൊട്ടിക്കാന്ന് പറഞ്ഞാ എനിക്കൊരു പ്രാന്താണ്. ഈ കടലാസ് പടക്കം പൊട്ടിക്കഴിയുമ്പോ ഉയരുന്ന ഒരു മണമുണ്ട് അത് വല്ലാത്തൊരു മനസംതൃപ്തി തരുന്ന ഒന്നായിരുന്നു എനിക്ക് .

പെരുന്നാളടുക്കുമ്പോ ഞാനും അപ്പനുമായി പ്രധാനമായി വഴക്ക് കൂടുന്നത് പടക്കം വാങ്ങുന്ന കേസിലായിരിക്കും. മൂപ്പർക്ക് കൊറച്ച് പടക്കം മതി. എനിക്ക് കൊറേ വേണം. ഒടുവിൽ രണ്ടിന്റേം എടേല് കുറ്റിവച്ച് സാധനം മേടിച്ച് പോരാറാണ് പതിവ്.. ഞാൻ കാശ് കൂട്ടിവെച് വാങ്ങാൻ തുടങ്ങിയേപിന്നെയാണ് പൊട്ടിച്ച് തീരാനും മാത്രം പടക്കം കൈയിൽ വന്ന് തുടങ്ങിയത്.

പെരുന്നാളിന്റെ തലേന്ന് രാത്രി പാതിരാത്രിയാവുവോളം മിക്ക വീടിന് മുകളിലും ആളനക്കം കാണും . മാലബൾബ് ഇടുവാനുള്ള തത്രപ്പാടാണ്. പത്തു മുതൽ നാൽപതും അമ്പതും മാലകൾ ഒരേ

വയറിൽ മുട്ടുസൂചി കുത്തി കണക്ക്ഷൻ കൊടുത്ത് വീട്ടിലെ ഫ്യൂസ് കത്തിച്ചു കളയുന്നത് എന്റെ പെരുന്നാൾ തലേന്നിലെ പ്രിയ്യപ്പെട്ട ഓർമ്മയാണ്.

അതിൽ തന്നെ ഈയടുത്ത കാലത്തായി നടന്നതാണ് ഏറെ രസകരം. എല്ലാ മാലയും കൂടെ പിൻ ചെയ്ത് സ്വീച്ചിട്ടതും ഒറ്റക്കത്തലാണ്. മാലയല്ല , പോസ്റ്റിലെ കറന്റ് കമ്പി . ഒട്ടുമിക്ക കൊല്ലങ്ങളിലും വീട്ടിലെ ഫ്യൂസ് മാത്രം കത്തിച്ചിരുന്ന ഞാൻ ആ കൊല്ലം ആദ്യമായി എന്റെ വഴിയിലേക്കൊള്ള മൊത്തം കറന്റ് അങ്ങ് കളഞ്ഞു. പിന്നെ പറയണ്ടല്ലോ കെ എസ് സിബി യിലേക്ക് വിളിയായി ലൈൻമാൻ വരവായി കമ്പി കെട്ടലായി. എന്റെ വയറ് നിറഞ്ഞു. ഒടുവിൽ അമ്പത് മാല അഞ്ച് വയറിലായി കണക്ക്ഷൻ കൊടുത്തു ഞാൻ ഐറ്റം കത്തിച്ചു. പക്ഷെ എന്റെ വീടടക്കമുള്ള വഴിയിലെ നാല് വീട്ടിലേയും പല കൂട്ടാനുകളും രാത്രി പത്ത് മണിയായിട്ടും തളക്കുന്നേ ഉണ്ടായിരുന്നുള്ളൂ..

കറന്റിന്റെ ഒരു പവറേ...

ശനിയാഴ്ച്ച രാവിലെ നേർത്തെ എഴുന്നേറ്റു തലേന്ന് കുഴിച്ചിട്ട പിണ്ടിയിൽ പേപ്പർ ഒട്ടിച്ച് , ഒരു മാസക്കാലത്തോളം അമ്മയും സഹായികളായി ഞങ്ങളും കൂടി ഉണ്ടാക്കിയെടുത്ത ഈർക്കിൽ തോരണങ്ങൾ പിണ്ടിയിൽ കുത്തി പിടിപ്പിക്കുക എന്നതായിരിക്കും അടുത്ത പണി. അപ്പുറത്തേം ഇപ്പുറത്തേം വീട്ടിലെ തോരണങ്ങളുടെ കണക്കെടുപ്പും സൗന്ദര്യ വിശകലനവും അതിനൊപ്പം തന്നെ നടക്കും.

ശേഷം ഉണ്ടാക്കിവച്ചിരിക്കുന്ന ഉണ്ണിയപ്പവും വട്ടയപ്പവും ഒരോന്നായി ഇടവേളകളിൽ അകത്താക്കി ,വിളിച്ച വിരുന്നുകാർക്കായുള്ള കാത്തിരിപ്പാണ്.

ഉച്ചതിരിയുമ്പോഴേക്കും ഓരോരുത്തരായി എത്തി തുടങ്ങും.

വല്യമ്മമാരെല്ലാം നേരത്തെ എത്തും. പക്ഷെ എന്റെ കൂട്ടാളികൾക്കായാണ് ഞാൻ കാത്തിരിക്കുന്നത്.

ആൽവിനും അജിതും: എന്റെ അപ്പച്ചന്റെ തൊട്ടു മൂത്ത ചേട്ടൻ അല്ലേൽ പേപ്പന്റെ മക്കളാണ്. .. അവരും പിന്നെ രണ്ട് വീടപ്പുറം മൂത്ത അച്ചന്റെ വീട്ടില് അച്ചന്റെ മോൾടെ മോൻ ജസ്റ്റിനും കൂടെ വന്ന് കഴിഞ്ഞാല് കോറം തികയും.

ഞങ്ങൾ നാല് പേരും ഏതാണ്ട് സമപ്രായക്കാരാണ്.. പിണ്ടിപ്പരിപാടി കഴിഞ്ഞാൽ പിന്നെ വൈകീട്ട് അഞ്ച് മണി വരെ പ്രത്യേകിച്ച് പണിയൊന്നും കാണൂലാ . കാടുകയറി മതിച്ചും ഫുഡടിച്ചും ഒറ്റപ്പടക്കം പൊട്ടിച്ചും നടക്കുകയെന്നതായിരിക്കും പ്രധാന വിനോദം.

അഞ്ച് മണിക്ക് കുളിച്ച് പള്ളിയിൽ പോകുവാനുള്ള ഒരുക്കങ്ങളായിരിക്കും പിന്നീടങ്ങോട്ട് . ഇതിനിടയിൽ വിളിച്ച അതിഥികൾ ഓരോരുത്തരായി വന്ന് കൊണ്ടിരിക്കും.

ഏഴ് മണിയാവുമ്പോഴേക്കും പള്ളിയിലെത്തും. അവിടെ യൂണിറ്റ് പ്രസിഡന്റും അമ്പ് കമ്മിറ്റിക്കാരും റെഡിയായി നിൽപ്പുണ്ടാവും. ബാന്റ് സെറ്റ്കാരുടെ വണ്ടി വന്ന് നിൽക്കേണ്ട താമസം അമ്പും കുടയും എടുത്ത് യൂണിറ്റിലേക്ക് തിരിക്കും.

വർഷങ്ങളായി എന്റെ യൂണിറ്റിൽ രാത്രി അമ്പാണ്. രാത്രി അമ്പിന് പേര് കേട്ട പള്ളി കൂടിയാണ് പള്ളിക്കുന്ന് . പത്തും ഇരുപതും സെറ്റുകൾ രാത്രി പന്ത്രണ്ടോടടുത്ത് നിരനിരയായി പള്ളിയുടെ നാല് ദിക്കിൽ നിന്നും ഇരച്ചെത്തി കൊട്ടും മേളവും ജനസാഗരവുമായി ഇരമ്പി പള്ളി അംഗണത്തിലേക്ക് കയറി പള്ളിയെ പ്രദക്ഷിണം വക്കുന്ന ഒരസുലഭ കാഴ്ച രാത്രി അമ്പ് മാത്രേ സമ്മാനിക്കൂ .

ഏഴര ആകുമ്പോഴേക്കും യൂണിറ്റിലെ ആദ്യ വീട്ടിൽ അമ്പ് കയറ്റിയിരിക്കും പിന്നെ അങ്ങോട്ട് ഒരു കൊട്ടിക്കയറ്റമാണ്. ഓരോ വീട്ടിലും കയറി ഓരോ പാട്ട് വീതം തിമിർത്ത് വായിക്കുന്ന ബാന്റ് വാദ്യവും ചെവിതല തരാതെ എവിടെയും പൊട്ടിച്ചു കൂട്ടുന്ന പടക്കങ്ങളും അങ്ങനെ എല്ലാം മതിവരാത്ത നിറമാധുര്യമാണ് മനസ്സിന് നൽകുക.

ആദ്യത്തെ ഒരു പത്ത് വീട് വരെ ഞങ്ങളും അമ്പിനൊപ്പം നിൽക്കും. അത് കഴിഞ്ഞ് വേഗം വീട്ടിലേക്ക് തിരിക്കും. ഇനി എന്റെ വീട്ടിലേക്ക് എത്താൻ മൂന്നോ നാലോ വീടിന്റെ ദൂരമേ കാണൂ. അതിനു മുമ്പ് ചെന്ന് പടക്കം തയ്യാറാക്കണം രൂപത്തിൽ തിരികൊളുത്തണം. കൊച്ചു കൊച്ചു കാര്യങ്ങൾ ചെയ്യുന്നതിൽ പോലും വലിയൊരു സന്തോഷം കണ്ടെത്താൻ ഓരോ പെരുന്നാളിനും കഴിഞ്ഞിരുന്നു..

ബാന്റ് വാദ്യം എത്തുന്നതിന് രണ്ടോ മൂന്നോ വീട് മുന്നേ തന്നെ വി. സെബസ്ത്യാനോസിന്റെ അമ്പ് കമ്മിറ്റിക്കാർ വീട്ടിലെത്തിക്കും. അത്

രൂപത്തിൽ വച്ച് പ്രാർത്ഥിച്ച് നേർച്ചയിട്ട് തീരുമ്പോഴേക്കും ബാൻറ് വാദ്യം പടിക്കലെത്തിയിരിക്കും. പ്രതിഷ്ഠ തിരികെ ഏൽപ്പിച്ച് കഴിഞ്ഞാൽ ബാൻറ്കാര് എന്റെ വീടിനായി ഉഴിഞ്ഞ് വെച്ച പാട്ട് വായിക്കാൻ തുടങ്ങും. വായന തീരുവാൻ കണ്ട് പടക്കത്തിന് തിരികൊളുത്തും. ഒപ്പം മറ്റ് തീയും പൊകയും എല്ലാം കത്തിക്കും.

പക്ഷെ പടക്കാണല്ലോ എന്റെ മെയിൻ .

പിന്നീടങ്ങോട്ട് ഏതാണ്ട് യൂണിറ്റ് അവസാനിക്കുന്ന വരെ ബാൻറ്റിനൊപ്പം ഞങ്ങളും പോവും എല്ലാ വീടുകളിലും പടക്കങ്ങൾ പൊട്ടിക്കുന്നത് കണ്ടാസ്വദിച്ചും എവിടെ നിന്നൊക്കെയോ ഓരോ വീട്ടിലേക്കും വന്നെത്തുന്ന വിരുന്നുകാരുടെ മുഖത്തെ സന്തോഷവും പുഞ്ചിരിയും കണ്ട് മതിമറന്നും അങ്ങനെ നടക്കും.

എല്ലാ വീട്ടിലും കയറിക്കഴിഞ്ഞാ പിന്നെ ബാൻറ്കാർക്ക് ഊണ് കൊടുക്കലാണ്. അത് യൂണിറ്റിലെ അറ്റത്തെ ഒരു വീട്ടിൽ ശെരിപ്പെടുത്തിയിരിക്കും അവിടേം പോയി ഒന്ന് തലകാണിച്ച് ഞങ്ങ തിരിച്ച് വീട്ടിലേക്ക് നടക്കും. വീട്ടിൽ ഏതാണ്ട് എല്ലാരും തന്നെ ഊണ് കഴിക്കുന്ന തിരക്കിലായിരിക്കും .

വിളമ്പലും പരിപാടിയും ഒക്കെക്കഴിച്ച് ഞങ്ങളും ഊണിനിരിക്കും അമ്പ് ഒരു പത്തര പതിനൊന്നോട് കൂടി തിരിച്ചിറങ്ങും. അതിനു മുമ്പ് എല്ലാം തീർത്ത് റെഡിയായി ഇരിക്കുക എന്നതാണ് അടുത്ത പരിപാടി.

ഒരു ഒമ്പതരയോടെ ഊണും കഴിഞ്ഞ് വിരുന്ന്കാരും വീട്ടുകാരുമൊക്കെയായി സൊറ പറഞ്ഞിരിക്കാനുള്ള സമയമാണ് പിന്നീട് . അത് കുറച്ച് പേർ അവിടെ, കുറച്ച് ഇവിടെ അങ്ങനെയല്ല പരമാവധി എല്ലാരും ഒരു ഹാളിൽ ഒന്നിച്ചിരിക്കും എന്നിട്ട് വെറുതെ സൊറ പറച്ചിലല്ലാ..

പാട്ട് കച്ചേരിയാണ്.

അത്യാവശ്യത്തിന് കൊട്ടാനും നല്ല പോലെ പാടാനും കഴിവുള്ളവർ അപ്പച്ചന്റെ കുടുംബത്തില് ഒത്തിരി ഉണ്ട്. എന്തിനേറെ അപ്പച്ചൻ പോലും നല്ലൊരു ഭാവഗായകനാണ്..

കൊട്ടുവാനുള്ള പാത്രവും മരപ്പെട്ടിയും എല്ലാം അപ്പോഴേക്കും എവിടെ നിന്നെങ്കിലും എത്തിച്ചേരും . എന്ത് കിട്ടിയാലും എന്തിലും താളം പിടിക്കുന്നവരാണ് ഞങ്ങളിൽ പലരും. എല്ലാരും പാടും. ഒട്ടും പറ്റാത്തോർ കൈ കൊണ്ട് താളം പിടിക്കും. ആരും വെറുതെ

ഇരിക്കാറില്ല..

സത്യത്തിൽ ഓരോ അമ്പ് പെരുന്നാളും വരുമ്പോ ആ ദിവസം എത്തിച്ചേരാൻ ഉള്ള ആകാംഷയിൽ മുന്നിൽ നിൽക്കുന്നത് ഈ കൂട്ടായ്മയുടെ പാട്ട് കച്ചേരി തന്നെയാണ്. വർഷത്തിലെരിക്കൽ മാത്രം നടക്കുന്ന അസുലഭ നിമിഷങ്ങൾ.

യൂണിറ്റിന്റെ മറ്റേ അറ്റത്ത് നിന്നും അമ്പ് ഇറങ്ങുന്നതിന്റെ പടക്കങ്ങൾ പൊട്ടി തുടങ്ങിയാൽ പാട്ട് കച്ചേരിക്ക് സമാപനമാകും. പടക്കങ്ങളെല്ലാം റെഡിയാക്കി എല്ലാവർക്കും കത്തിച്ച് തീരാതത്ര ഐറ്റംസ് കൈയിൽ കൊടുക്കും. അപ്പൊ തൊട്ട് കത്തിച്ച് തുടങ്ങിയാലും അമ്പ് പോയി തീർന്നാലും സാധനങ്ങൾ ബാക്കി കാണും.

പക്ഷെ അതൊരു കൊട്ടിക്കലാശമാണ് തീയും പുകയും കൊണ്ട് മനസ്സും ശരീരവും ഒരുപോലെ കോരിതരിക്കുന്ന നിമിഷങ്ങൾ. അമ്പ് ഇറങ്ങി പോകാൻ നേരം ഒപ്പം ഇറങ്ങും. യൂണിറ്റിലെ ഫുൾ ടീം ബാന്റിന് മുന്നിലായി അണിനിരന്നിട്ടുണ്ടാവും . പ്രായമോ വർണമോ ബേധമന്യേ വായിക്കുന്ന പാട്ടിനനുസരിച്ച് താളത്തിൽ ചുവട് വെച്ച് കൈകൾ മുകളിൽ ഉയർത്തി നൃത്തം ചവിട്ടി പള്ളി വരെ ഒരാനന്ദനടനം.

പോകുന്ന വഴികളിൽ ഇരുവശങ്ങളിലായി ഉയരുന്ന തീഗോളങ്ങൾ അത്ഭുതത്തോടെ നോക്കി കാണും.

ജോസേട്ടന്റെ പീടിക മൂല കഴിഞ്ഞാ പിന്നെ നിരനിരയായി നീങ്ങുന്ന ആറും ഏഴും സെറ്റിൽ ഒന്ന് മാത്രമായി നമ്മൾ മാറും. റോഡ് നിറഞ്ഞ് കവിയുന്ന ജനസാഗരം. മുന്നിലും പിന്നിലുമായി ബാന്റ് വാദ്യങ്ങളും ശിങ്കാരിമേളവും അങ്ങനെ സംഗീതലഹരിയിൽ ആറാടുന്ന ഒരു രാത്രിയായി അവിടം മാറും.

കള്ളുംപുറത്ത് കയറി വരുന്ന വിരുദ്ധൻമാരുടെ സ്ഥിരം ചവിട്ട് കൂത്ത് കലാപരിപാടി ഒരവശത്തായി എവിടേലൊക്കെ നടക്കുന്നുണ്ടാവും.

പള്ളി മുറ്റത്ത് തിങ്ങിക്കൂടുന്ന ജനസാഗരത്തിന് ഇടയിലൂടെ ഓരോ യൂണിറ്റുകാർ ഇരച്ച് കയറി തുടങ്ങും. പതിയെ അവിടെ പള്ളിക്ക്ചുറ്റിലുമായി ഒരു വഴി തുറക്കും. അതിലൂടെ ഇരുപതോളം സെറ്റുകൾ ഇഴഞ്ഞ് നീങ്ങും. എല്ലാ സെറ്റുകാരും പള്ളിയിലെത്തുമ്പോൾ അടിച്ചു പൊളിച്ചു വായിക്കാനായി കുറച്ച്

കരുത്ത് മാറ്റി വച്ചിരിക്കും. അത് പോലെ തന്നെ അവരുടെ മാസ്റ്റർ പീസ് ഐറ്റവും പുറത്തെടുക്കും. പള്ളിക്ക് ചുറ്റിലും ഓരോ സെറ്റുകാരും തമ്മിലുള്ള വാദിപ്പാണ്.

നിർത്താത്ത വായനകൾ ഒടുവിൽ മത്സരത്തിലേക്ക് ചെന്നത്തും . ഓരോരോ സെറ്റുകാർ പതിയെ പിൻവാങ്ങും. ഒടുവിലത്തെ രണ്ട് സെറ്റുകൾ വായിച്ച് കൊണ്ടേയിരിക്കും. പ്രേക്ഷകരുടെ മനസ്സും ശരീരവും നിറച്ച് തളർത്തി കൊട്ടിയാടിയിട്ടേ അവര് അരങ്ങൊഴിയൂ.

അവിടെ ഉയരുന്ന ഓരോ ക്ലാർനെറ്റിലും ഓരോ കുഴലൂത്തിലും വർഷങ്ങളായി കൈമാറി വരുന്ന എന്തോ ഒരു രഹസ്യം പുതിയ തലമുറയോടു പറയുന്നത് പോലെ തോന്നും.

" വിട്ട് കളയല്ലേടാ കൂടെ പിടിച്ചോണെ"

അവിടെ വീശുന്ന കാറ്റും മിന്നിമിനുങ്ങുന്ന ഇലുമിനേഷൻ ലൈറ്റുകളും തിക്കും തിരക്കും എല്ലാം ഇത് തന്നെ ഏറ്റ് പറയുന്നന്നയി തോന്നും.

കൈമാറി വരുന്ന ഈ കൂട്ടായ്മ കൈവെടിയരുതെന്ന് സെബസ്ത്യാനോസ് പുണ്യാളൻ കൂട്ടിൽ ഇരുന്ന് പറയുന്നുണ്ടാവും..അല്ലെങ്കിലും സന്തോഷം നൽകുന്നതെന്നും അത് പോലെ തന്നെ നിലനിൽക്കേണ്ടതുണ്ട്.

അങ്ങനെ സെറ്റുകാരെല്ലാം കൊട്ടി തീരുന്നതോടെ ഒരു കൊച്ചു വെടിക്കെട്ടോടു കൂടി ശനിയാഴ്ചയിലെ പരിപാടികളെല്ലാം അവസാനിക്കും. പിന്നെ വാണിപകടകളിലും ഐസ്ക്രീം വണ്ടീടെ അവടെ എല്ലാം തപ്പിതടഞ്ഞ് നിന്ന് ഒരു ഒരുമണിയാവുമ്പോഴേക്കും വീടെത്തും.

വീട്ടിലെ പകുതി പേരും സൈടായിട്ടുണ്ടാവും. അമ്മ എല്ലാർക്കും നല്ല കട്ടൻ ഇട്ട് വച്ചിരിക്കും അതും കുടിച്ച് സുഖമായി ഒരുറക്കം.

കിടക്കുന്നതിന്ന് മുന്നായി നാളെ നേരത്തെ എഴുന്നേൽക്കണമെന്ന് കൂട്ടാളികളെ ഓർമ്മപ്പെടുത്തും. വേറൊന്നിനുമല്ല പൊട്ടാതെ ഒറ്റയായി കിടക്കുന്ന പടക്കങ്ങൾ പറക്കാനാണ്. നേരം വൈകിയാൽ മുറ്റം അടിച്ച് വാരുന്ന കൂട്ടത്തിൽ അതെല്ലാം എടുത്ത് തീയിലേക്കിടും. പിന്നെ പൊട്ടലും ചീറ്റലും മാത്രേ കേൾക്കാൻ പറ്റൂ. അതിന് മുമ്പേ ഓരോ വീടിന് മുന്നിലും പരതണം.

ഞായറാഴ്ച്ച രാവിലെ ഏഴ് മണിയോടെ ഞങ്ങൾ പണി ആരംഭിക്കും. റോഡിലും പരിചയക്കാരുടെ വീട്ടുമുറ്റത്തും എല്ലാം കയറിയിറങ്ങി പടക്കങ്ങൾ വാരികൂട്ടും. പിന്നീടങ്ങോട്ട് അത് വെച്ചുള്ള പരീക്ഷണങ്ങളാണ്. മണലിൽ കുഴിച്ചിട്ടും, കുടത്തിലിട്ടും, പഴയ കാലി കുപ്പിയിലിട്ടും എല്ലാം പരീക്ഷണങ്ങൾ നടത്തും.

ആ സമയം പള്ളിയിൽ ആള് കൂടുന്ന വലിയ കുർബാന തുടങ്ങിയിട്ടുണ്ടാവും. കുർബാന കഴിയാൻ കണ്ട് കുളിച്ച് മാറി പള്ളിയിലോട്ട് തിരിക്കും. ഉദ്ദേശങ്ങൾ പലതാണ്. കുർബ്ബാന കഴിഞ്ഞുള്ള ബാന്റ് വാദ്യവും കാണാം , ദേശത്ത് അത് വരെ കാണാത്ത പെൺ കഥാപാത്രങ്ങളുടെ മുഖവും ദർശിക്കാം.

അങ്ങനെ പള്ളിയിലെ തിക്കും തിരക്കും കഴിയുന്നത് വരെ സൊറ പറഞ്ഞും ഐസ് ക്രീം കഴിച്ചും തട്ടി തടഞ്ഞ് നിൽക്കും. പിന്നെ വീട്ടിലേക്ക് തിരിക്കും. വീട്ടിൽ വന്ന് ഫുഡടി, ചേട്ടൻ മാരും ചേച്ചിമാരും ഒത്ത് ഗോസിപ്പുകൾ . അപ്പോഴേക്കും നേരം ഉച്ചതിരിഞ്ഞിരിക്കും .

നാല് മണിയോടെ പള്ളിയിൽ നിന്നും പ്രദക്ഷിണം ഇറങ്ങും അത് ഏഴ് മണിക്ക് തിരിച്ച് പള്ളിയിൽ എത്തും അതിനു മുമ്പ് കുളിച്ച് റെഡിയായി പള്ളിയിലെത്തണം. പക്ഷെ ആ യാത്ര അത്ര എളുപ്പല്ല.കാരണം എന്റെ വീട്ടിൽ അണി നിരന്നിട്ടുള്ള ഇരുപതോളം വരുന്ന ആൾക്കാർ മൊത്തം അണിഞ്ഞൊരുങ്ങി ഒരുമിച്ചാണ് ഇറങ്ങാ . എല്ലാത്തിനേം സമയത്ത് ആട്ടിതെളിച്ച് ഏഴ് മണിക്ക് മുമ്പ് പള്ളിയിലെത്തുകയെന്നത് മല കയറുന്നത് പോലെ മടുപ്പ് തോന്നിപ്പിക്കുന്ന ചടങ്ങാണ്.

പള്ളി മുറ്റത്ത് പതിനായിരത്തോളം വരുന്ന ജനലഹളയുടെ കൂട്ടത്തിലേക്ക് ഈ ഇരുപത് പേരും കൂടെ ചേർക്കപ്പെടും. പിന്നെ കാത്തിരിപ്പാണ്, പ്രദക്ഷിണം തിരിച്ച് കയറിക്കഴിഞ്ഞ് നടക്കാനുള്ള വെടിക്കെട്ടിനായിട്ട്.

ആ തിരക്കിലും തള്ളവിരലിൽ നിന്ന് കൊണ്ട് ഞാൻ നോക്കും അപ്പൊ കാണാം പള്ളിയുടെ ഇടത് നിന്നും ആരംഭിച്ച് പള്ളിയെ പിന്നിലൂടെ വലം വെച്ച് വലത് വശം കൂടി താഴോട്ടിറങ്ങി പാരീഷ്ഹാളിന് മുന്നില് കുലക്കെട്ടുകളയി തൂങ്ങിയാടുന്ന കമ്പങ്ങൾ . താഴെ നിറക്കാനായി കാത്ത് കെട്ടിക്കിടക്കുന്ന മിന്നൽ കുഴികൾ . മനസ്സ് അന്നേ വരെ കാണാത്തൊരു വെടിക്കെട്ടിനായി കൊതിക്കും.

അതൊരു വിശ്വാസമാണ് . ഈ ദേശത്തെ ഞാൻ കണ്ടിട്ടുള്ള ഒരു വെടിക്കെട്ടും മോശമായിട്ടില്ല എന്ന വിശ്വാസം. കുറച്ച് സമയത്തിനുള്ളിൽ തന്നെ കൂട് എഴുന്നള്ളിച്ച പന്തലിൽ നിന്നും ഒരു വലിയ ലാത്തിരി കത്തിച്ച് വെടിക്കെട്ടിനടുത്തേക്ക് പോകുന്നത് കാണാം . ഇതാ ആരംഭിക്കുകയായി. നൂലഴിഞ്ഞ പട്ടം പോലെ ജനം മുഴുവനായി മുന്നിലോട്ടൊന്നായും . കുറച്ച് കഴിഞ്ഞ് കമ്പം അടുത്തേക്കെത്തുമ്പോ അത് പോലെ തന്നെ പിന്നിലോട്ടും. അങ്ങനെ പൊട്ടി പൊട്ടി ഭൂമിയും ആകാശവും ഒന്നാക്കുന്ന, രാത്രിയും പകലും ഒന്നാക്കുന്ന, ശബ്ദ ഭേരികൾ കലശലായി മുഴക്കി കൊണ്ട് ആകാശത്ത് മേഘവർണവിസ്മയങ്ങൾ തീർത്ത് എന്റെ പഞ്ചേന്ദ്രിയങ്ങളെ കോൾമയിൽ കൊള്ളിച്ചു കൊണ്ട് കമ്പക്കെട്ടിന് അന്ത്യം കുറിക്കും.

ആകാശത്ത് നിന്നും പൊഴിയുന്ന കരിമണൽ ചാരത്തെയും ഏറ്റുവാങ്ങി ഏവരും പരസ്പരം പുഞ്ചിരിക്കും ഓളിയിടും കൂക്കിവിളിക്കും. അതൊരോർമ്മപ്പെടുത്തലാവാം ഇനിയൊരു ശബ്ദഭേരി മുഴങ്ങും വരെ ഒരു വർഷ കാലത്തോളം തമ്മിൽ തമ്മിൽ കൂറുള്ളവരായി പരസ്പര സ്നേഹത്തിലും സാഹോദര്യത്തിലും വർത്തിക്കാൻ ഉതകുന്ന ഒരു കാതടപ്പിക്കുന്ന ഓർമ്മപ്പെടുത്തൽ.

പള്ളിയിൽ ചുറ്റിത്തിരിഞ്ഞ് കളിക്കോപ്പുകളുടെ ഭംഗി ആസ്വദിച്ച് ചേട്ടൻമാരെ സോപ്പിട്ട് ഐസ്ക്രീം ഒപ്പിച്ച് അതും നുണഞ്ഞ് തിരികെ നടത്തം. വീട്ടിൽ എത്തി ബാക്കിയുള്ള പടക്കങ്ങളും പൊട്ടിക്കുന്നതോടെ എന്റെ പൊരുന്നാൾ ഏതാണ്ട് പൂർണമായി അവസാനിച്ചിരിക്കും. വന്നെത്തിയ അതിഥികൾ പലരും രാത്രി ഊണും കഴിച്ച് യാത്രയാകും. എന്റെ കൂട്ടാളികളും യാത്രയാവുകയാവും. ആളും ബഹളങ്ങളും നിറഞ്ഞ് നിന്ന വീട്ടില് പെട്ടന്ന് ഒറ്റപ്പെട്ട മൂകത തളം കെട്ടാൻ തുടങ്ങും.

പിറ്റേന്ന് ഉച്ചതിരിഞ്ഞ് ടൗൺ അംബും അത് കഴിഞ്ഞ് നാടകവും ഉണ്ടാകും. അത്കൊണ്ട് തന്നെ തിങ്കളാഴ്ച സ്കൂളിൽ പോവാറില്ല. പക്ഷെ അന്ന് മൊത്തം ഒരു മുഖാന്തരീക്ഷമായിരിക്കും. വൈകീട്ട് കൂട്ടുകാർകൊപ്പം നാടകം കാണുവാൻ പോവും. നാടകം കഴിഞ്ഞ് മടങ്ങുമ്പോ ചിന്തിക്കും ഈ പൊരുന്നാളൊക്കെ മൂന്നു നാല് ദിവസം ആയിരുന്നെങ്കില് എന്ത് രസായിരുന്നു?

അപ്പുറത്ത് നിന്ന് ആരേലും ഉത്തരം തരും : ദിവസം കൂടി പോയാല് ചെലപ്പോ ഈ ഓട്ടപ്പാച്ചിലിന്റെ സുഖം കിട്ടീലെങ്കിലോ!!.

അവിടം മുതല് കാത്തിരിപ്പാണ് അടുത്ത അമ്പ് പെരുന്നാളിലേക്ക്.

"ഏത് നാട്ടിലായിരുന്നാലും സ്വന്തം ദേശത്ത് പെരുന്നാള് അടുക്കുമ്പോ നെഞ്ചില് ഒരു പെടപ്പാണ്. ആരോ വിളിക്കണ പോലൊരു തോന്നലാണ്" പ്രവാസികള് പറഞ്ഞ് കേട്ടിട്ടൊള്ള സ്ഥിരം ഡയലോഗാണ് ഇത്.

പക്ഷെ അത് ശര്യാന്നേ, വിളിക്കണതെന്ന്യാ.

നമ്മളില് ആഴത്തില് എറങ്ങീട്ടൊള്ള ഓര്മ്മകള്ടെ വേര്കള് .

നമ്മള് അനുഭവിച്ചട്ടൊള്ള കൂട്ടായ്മേടെ വേര്കള് .

അവര് വിളിക്ക്യാണ്: വിട്ട് കളയല്ലേടാ.... കൂടെ പിടിച്ചോണേ...

6

ഹീറോ സൈക്കിളിലെ
വീരഗാഥകൾ

തിളങ്ങുന്ന റിമ്മുകളും കടുംപച്ച ഫ്രേമും ഉള്ള ഒരു വലിയ സൈക്കിൾ

.

പക്ഷെ എന്റെ മനസ്സിൽ ആ സൈക്കിളിന് അന്നത്തെ ദൂരദർശൻ ചാനലിൽ സംപ്രേക്ഷണം ചെയ്യുന്ന മഹാഭാരതം സീരിയലിലെ പുഷ്പകവിമാനത്തേക്കാൾ വലുപ്പം ഉണ്ടായിരുന്നു. അതിന് മുന്നിൽ ഇരുന്നുള്ള യാത്രകളായിരുന്നു എന്റെ കുട്ടിക്കാലത്തെ മതിമറക്കാനാകാത്ത സന്തോഷങ്ങളിൽ ഒന്ന്.

സൈക്കിളിന്റെ ഹാന്റിൽ ബാറിന് തൊട്ടു പിന്നിലായി എനിക്ക് ഇരിക്കാൻ പ്രത്യേകം വെച്ചുപിടിപ്പിച്ച ഒരു കൊച്ചു സീറ്റുണ്ട്. എനിക്ക് മുമ്പ് അതിന്റെ ഉടമസ്ഥ ചേച്ചിയായിരുന്നു. ഞാൻ വന്നതോടെ അവൾ സ്ഥാനം കൈമാറി പിന്നിലെ കെരിയറിലേക്ക് മാറി. പക്ഷെ എന്നേക്കാൾ കൂടുതൽ ആ സീറ്റിൽ പത്രാസിൽ ഇരുന്നു പോവാനുള്ള ഭാഗ്യം ലഭിച്ചിട്ടുള്ളത് ചേച്ചിക്കാണ്. അതാലോചിക്കുമ്പോ തോന്നും ആദ്യം ജനിച്ചാ മതിയായിരുന്നൂന്ന്.

എന്റെ മൂന്നാം തരം വരെ യാത്രകളെല്ലാം മുൻസീറ്റിലാരുന്നു. അത് കഴിഞ്ഞപ്പോ അപ്പൻ പറഞ്ഞു ഞാൻ വലിയ ചെക്കൻ ആയെന്ന്, ഇനി പിന്നിലിരുന്നാമതിന്നൊക്കെ.. സംഭവം അതൊന്നല്ലാ...

നാലാം തരം എത്തിയപ്പോഴേക്കും ഒട്ടും തടിയില്ലാത്ത ഒരു തോട്ടിക്കോലായി ഞാൻ വളർന്നിരുന്നു. അത് കൊണ്ട് ഞാൻ മുന്നിൽ ഇരുന്നാ പിന്നെ അപ്പന് ഒന്നും കാണൂല്ലാ..

മൂപ്പര് നൈസായിട്ടങ്ങ് പിന്നിലോട്ടൊതുക്കി. ചേച്ചി അപ്പോഴേക്കും വലിയ പുള്ളി ആയെന്നും പറഞ്ഞ് സൈക്കിളിലൊന്നും കയറാതായി.

അങ്ങനെയിരിക്കെ ഒരു ദിവസം അപ്പന്റെ പുറകിലിരുന്ന് പോയി കൊണ്ടിരിക്കുമ്പോ കാലിലെ ചെരുപ്പ് റിംമിനിടയിൽ കുടുങ്ങി ഒപ്പം കാലും ചെറുതായൊന്ന് കുടുങ്ങി . കാല് റിമ്മിന്റെ കമ്പികൾക്കിടയിൽ പെട്ടിരിക്കുന്നു. എനിക്ക് ഉറപ്പായി. വേദന വന്ന് പിടയും മുമ്പ് ഞാൻ അപ്പന്റെ പുറത്ത് തട്ടി നിലവിളിച്ചു.

അപ്പൻ പേടിച്ച് സൈക്കിൾ നിർത്തി തിരിഞ്ഞ് നോക്കിയപ്പോഴാണ് കാര്യം തിരിഞ്ഞത്. കാല് കമ്പികൾക്കിടയിൽ മടങ്ങിക്കിടക്കാണ്. കമ്പികൾ വളച്ചും ചക്രം തിരിച്ചും എങ്ങനൊക്കെയോ കാല് അപ്പൻ ഊരിയെടുത്ത് ഞങ്ങൾ തിരിച്ച് വീട്ടിലെത്തി.

കാല് നല്ല വേദനയുണ്ട് നിലത്ത് കുത്താൻ പറ്റുന്നില്ല. വന്ന് കയറിയതും അമ്മ കാര്യം തിരക്കി.

പിന്നെ കുറ്റം ഉണ്ടെങ്കിലും ഇല്ലെങ്കിലും ചെന്നപാടെ എന്നെ രണ്ട് ശഖാരിച്ചിട്ടേ അമ്മ എല്ലാം കൂടെ എഴുതി തള്ളൂ. കാര്യം കേട്ടപ്പാടെ എന്നെ രണ്ട് ചീത്ത പറഞ്ഞു എന്തിനാണെന്ന് എന്നിക്കും മനസ്സിലായില്ല അമ്മയ്ക്കും മനസ്സിലായില്ല. എന്നാലും പറയാൻ ഉള്ളതൊക്കെ പറഞ്ഞ് തീർത്ത് അമ്മ കാലിൽ ബാം തേച്ച് പിടിപ്പിച്ചു. രണ്ട് ദിവസം കൊണ്ട് കാല് വേദന പമ്പ കടന്നു .

അത് പിന്നെ അങ്ങനാണല്ലോ,

അമ്മേടെ കൈയില് ഡോക്റ്ററുണ്ട്. പാചകറാണിയുണ്ട്. കണക്ക് ടീച്ചറുണ്ട്. ഇംഗ്ലീഷ് ടീച്ചറുണ്ട്. മലയാളം ടീച്ചറുണ്ട്. അങ്ങനെ നീളും ആ ലിസ്റ്റ് . ആ സംഭവത്തിന് ശേഷം എന്നെ സൈക്കിളിൽ കൊണ്ടോവാൻ അപ്പന് പേടിയായിരുന്നു, പക്ഷെ ഞാൻ വാശി പിടിച്ച് ചാടിക്കയറും.

അതിന് ശേഷവും അന്ത്രുച്ചേട്ടന്റെ കടയിലെ മിച്ചറ് പേക്കറ്റും വറ്ധു അപ്പാപ്പന്റെ കടയിലെ കപ്പലണ്ടിയും, തേൻനിലാവും , പഞ്ഞി മിഠായിയും എല്ലാം എന്നെ കണ്ടിരുന്നത് തേരിലേറി വരുന്ന രാജാവിനെ പോലെ ആ ഹീറോ സൈക്കിളിന്റെ തിളങ്ങുന്ന ബാക്ക് കരിയറിൽ തന്നെയാണ്.

അതിനിടയ്ക്ക് ഇടക്കാലിട്ട് ചവിട്ടാനുള്ള ശ്രമങ്ങളെല്ലാം എന്റെ ഭാഗത്ത് നിന്നുണ്ടായിരുന്നു. പക്ഷെ ശരിയായി പഠിച്ചെടുക്കും മുമ്പേ

അപ്പൻ ആ സൈക്കിൾ കൊടുത്തു ഒരു കൊച്ചു സ്ക്കൂട്ടർ മേടിച്ചു..പക്ഷെ ബധലായി എനിക്കൊരു കൊച്ച് സൈക്കിളും പകുതി വിലയ്ക്ക് മേടിച്ചു തന്നു . അതും ഹീറോ തന്നെ. എന്റെ ഹീറോ സൈക്കിളിലെ വീരഗാഥകൾ അങ്ങനെ തുടർന്നു.

ദീർഘ ദർശിയായ അപ്പൻ മേടിച്ച് തന്ന സൈക്കിളും എന്റെ പ്രായത്തേക്കാൾ മൂത്തവനായിരുന്നു. ഞാൻ വലുതായാലും ഇനി വേറെ സൈക്കിൾ വേണ്ടി വരില്ല എന്ന് മുൻകൂട്ടി കണ്ടിട്ടാണ് അപ്പൻ അങ്ങനെ ഒരു തീരുമാനം എടുത്തത്. പക്ഷെ എന്നിക്കതൊരു കടമ്പയായിരുന്നു.

പയ്യെ പയ്യെ ഞാൻ ഇടക്കാലിട്ട് ചവിട്ടാൻ പഠിച്ചു. ഒത്തിരി വീണു പിന്നെയും കേറി പിന്നേം വീണു. അങ്ങനെ ഇടക്കാല് സെറ്റായി. പക്ഷെ ഇടക്കാലിട്ട് ഒരു പാട് ദൂരം ഓടിക്കാൻ പറ്റില്ല കാല് വേദനിക്കും. അപ്പൊ പിന്നെ കയറി ഇരിക്കണം എന്നായി .

പക്ഷെ സൈക്കിൾ വലുതായത് കൊണ്ട് കയറി ഇരുന്നാൽ ചവിട്ടാൻ മാത്രേ കാലെത്തൂ. ബ്രേക്ക് ഇട്ടാൽ ചാടി ഇറങ്ങി കാല്കുത്തണം. ഇല്ലേൽ തലയും തല്ലി താഴെ കിടക്കും. വലിയ റിസ്കുള്ള പരിപാടിയായിരുന്നു. പക്ഷെ എന്റെ വെല്ലിപ്പന്റെ മക്കള് രണ്ടെണ്ണം ഉണ്ട്. ആൽവിനും അജിത്തും. സൈക്കിള് കൊണ്ട് സർക്കസ് കളിക്കണ രണ്ടെണ്ണത്തിന്റെ സഹായത്തോടെ കയറി ഇരുന്നു ചവിട്ടുന്ന വിദ്യ ഞാൻ പഠിച്ചെടുത്തു..

പഠിപ്പ് കൊറച്ച് കഠിനമായിരുന്നു.

പൗണ്ടില് ഞങ്ങടെ തറവാടിന്റെ പിന്നില് പാടം ആണ്. വീട്ടീന്ന് പാടത്തേക്ക് വല്യ ഇറക്കത്തിലൊള്ള ഒരു റോഡ് ഇണ്ട്. ഇവൻമാർ രണ്ടും കൂടെ മോളീന്ന് എന്നെ സൈക്കിളിന്റെ പൊറത്ത് കേറ്റി ഇരുത്തി അങ്ങോട്ട് വിടും . എന്നിട്ട് നോക്കി നിൽക്കും. ഞാൻ ബെല്ലും ബ്രേക്കും ഇല്ലാതെ താഴെ പാടത്ത് പോയി പുല്ലില് കമന്നടിച്ച് വീഴും. അങ്ങനെ ഒരു എട്ട് പത്ത് വട്ടം വീണപ്പോ കറക്റ്റ് ആയിട്ട് ബ്രേക്ക് പിടിക്കാനും ചാടി ഇറങ്ങി കാല്കുത്താനും പഠിച്ചു. പിന്നീടങ്ങോട്ട് ബ്രേക്ക് പിടിക്കുന്നതും ചാടി ഇറങ്ങുന്നതും ഒരു ഹരമായിരുന്നു.

അങ്ങനെ ഒരു ദിവസം രസകരമായ ഒരു സംഭവം ഉണ്ടായി. ഒരു ദിവസം ഉച്ചക്കഴിഞ്ഞ് എല്ലാരും ഉച്ചമയക്കത്തിന് കിടന്ന നേരത്ത് ഞാൻ സൈക്കിൾ എടുത്ത് റോഡിലോട്ടിറങ്ങി. റോഡിലൊന്നും ആരും

ഇല്ല വിജനമാണ്.

എനിക്ക് അതിയായ സന്തോഷമായി.

ആരെങ്കിലുമൊക്കെ ഉണ്ടെങ്കിൽ ഇപ്പൊ ബ്രേക്ക് പിടിക്കണോന്ന് പേടിച്ച് പേടിച്ചേ ഓടിക്കാൻ പറ്റൂ. ഇതിപ്പോ ആരും ഇല്ലല്ലോ . ഞാനങ്ങു സൈക്കിൾ എടുത്തു പറപ്പിച്ചു.

വീടിന്റെ അവിടെ നിന്നും ജോസേട്ടന്റെ കട വരെ പോയി. തിരികെ വരാൻ നേരം വർക്ക്ഷോപ്പിനോട് ചേർന്ന് തലയിൽ കുറേ കംമ്പിളികളും പുതപ്പുക്കളും എല്ലാം വച്ച് ഒരാൾ എന്തോ വിളിച്ച് പറഞ്ഞ് പോവുന്നത് കണ്ടു. പുതപ്പ് ഒക്കെ വിൽക്കുന്ന ഏതോ അന്യഭാഷാ തൊഴിലാളിയാണ്. പുള്ളിക്കാരൻ റോഡരിക്കിലൂടെയല്ലേ പോവുന്നത് ഇപ്പുറത്ത് വിശാലമായ റോഡ് കിടക്കല്ലേന്ന് മനസ്സിൽ വിചാരിച്ച് ഞാൻ പെടലിൽ കാല് വെച്ച് പറപ്പിച്ചു. പക്ഷെ പിന്നാലെ വന്ന ഓട്ടോറിക്ഷ എന്റെ കണ്ണിലും മനസ്സിലും വന്നതേയില്ല. ഞാൻ ഏതാണ്ട് പുതപ്പ് കച്ചോടക്കാരന്റെ അടുത്തെത്താറായപ്പോ ഓട്ടോറിക്ഷ പിന്നിൽ നിന്നും നീട്ടി ഒരു ഹോൺ.

ഞാൻ പേടിച്ച് വിറച്ച് പുള്ളിക്കാരന്റെ സൈടിലോട്ട് വെട്ടിച്ചു പക്ഷെ വെപ്രാളത്തിൽ ബ്രേക്ക് പിടിച്ച ടൈമിങ്ങ് ഒന്ന് മാറി പോയി .സൈക്കിളിന്റെ മുന്നിലെ ടയറ് ചെന്ന് ഇടിച്ച് നിന്നത് കച്ചവടക്കാരന്റെ കവക്കലാണ്. മൂപ്പരും തലയിലെ പുതപ്പും ഒക്കെക്കൂടി താഴേക്ക് പതിച്ചു. ഇതൊന്നും കാണാതെ ഓട്ടോറിക്ഷ ഹോണും പറത്തിയകന്നു പോയി. നിലത്ത് നിന്നും എഴുന്നേറ്റ് വന്ന അയാൾ വേറേതോ ഭാഷയിൽ എന്നോട് കയർത്തു.

ഒന്നും മനസ്സിലായില്ലെങ്കിലും വിളിക്കുന്നത് ചീത്തയാണ് എന്ന് ബോധ്യമുള്ളതിനാൽ കരയണോ വേണ്ടെയോ എന്നാലോചിച്ച് ഞാനും നിന്നു .നിലത്ത് വീണ് കിടക്കുന്ന പുതപ്പിനെ ചൂണ്ടി കാട്ടി പുള്ളിക്കാരൻ എന്തൊക്കെയോ പറഞ്ഞു. തന്റെ സൈക്കിളിന്റെ ബ്രേക്കും പോയ ഓട്ടാറിക്ഷയും ചൂണ്ടി കാട്ടി ഞാനും ആംഗ്യ ഭാഷയിൽ പുള്ളിക്കാരന്നോട് പറഞ്ഞു. ഒടുവിൽ എന്റെ നിസ്സഹായത മനസ്സിലാക്കിയ ഏതോ ഒരു നിമിഷത്തിൽ "ജാ ജാ" എന്ന് അങ്ങേര് എന്നോട് പറഞ്ഞു.

പൊയ്ക്കൊള്ളാൻ ആയിരിക്കും എന്ന് കരുതി ഞാൻ സൈക്കിളെടുത്ത് തിരിഞ്ഞ് നോക്കാതെ ഉന്തി പോന്നു . സൈക്കിള്

നേരെ പിന്നാമ്പുറത്ത് കൊണ്ട് വന്ന് വെച്ചു. ഇനി അഥവാ അയാ ളങ്ങാനും ഇത് വഴി വന്ന് സൈക്കിള് കണ്ടാല് പുലിവാലാവില്ലേ .. വീട്ടില് അറിയില്ലേ എന്നീ ചിന്തകള് രണ്ട് മൂന്ന് ദിവസം എന്നെ അലട്ടി .

പിന്നെ പിന്നെ വീണ്ടും എന്റെ ഹിറോ സൈക്കിളിലെ വീരഗാഥകൾ തുടർന്ന് കൊണ്ടേയിരുന്നു.

7

ഈശോയോടൊത്തൊരു ദുഃഖവെള്ളി

രാവിലെ അഞ്ചര ആയപ്പോഴേക്കും വാതിൽ തല്ലിപ്പൊളിച്ചു കൊണ്ട് അമ്മയുടെ വരവായി.

രാവിലെ നേർത്തെ എഴുന്നേൽക്കുന്ന എന്ത് പരിപാടി ഉണ്ടെങ്കിലും അതിപ്പൊ പിന്നാമ്പുറത്തെ വാതിൽ ജാം ആയത് തുറക്കാനാണെങ്കിൽ പോലും എന്റെ ഉറക്കവും സ്വസ്ഥതയും ഒരുപോലെ നശിപ്പിക്കുന്ന ഒരു ഗർജനവുമായിട്ടേ അമ്മ റൂമിലേക്ക് കടന്ന് വരൂ ..

വിളികേട്ട് ഞെട്ടിയെഴുന്നേൽക്കുമ്പോ മനസ്സിലേക്ക് ആദ്യം ഓടിയടുക്കുന്ന ചിന്തകൾ ബന്ധത്തിലെ ആരോ ആശുപത്രിയിലായെന്നോ അകാലത്തിൽ പൊലിഞ്ഞെന്നോ ആയിരിക്കും. അമ്മയുടെ ഒച്ചപ്പാടിലും വിളിയിലും അത്തരമൊരു സ്വഭാവമൊളിഞ്ഞിരിക്കും.

എന്ത് പറഞ്ഞിട്ടും എന്റെ ഉറക്കത്തിന് കുലുക്കമില്ലെങ്കിൽ അമ്മയുടെ ജാലവിദ്യാ പുറത്തെടുക്കും .ഞാൻ ഉറങ്ങി തുടങ്ങാൻ നേരം ക്ലോക്കിൽ അഞ്ച് മിനിറ്റുകൾ മാത്രം കടന്ന് പോയ സൂചിയെ അമ്മ നിർബന്ധിച്ച് ഇരുപതോ മുപ്പതോ മിനിറ്റ് അപ്പുറത്തേക്ക് വാക്കുകൾ കൊണ്ട് പറഞ്ഞയക്കും എന്നിട്ട് അതേ വാക്കുകൾ എനിക്ക് നേരെ ഉച്ചരിക്കും

: നീ എണീക്കണ്ടാട്ടാ അഞ്ചേ അമ്പതായി ഇപ്പൊ കുർബ്ബാന തൊടങ്ങും . നീ കെടക്ക് നീ ..

ഇനി അതുമല്ലെങ്കിൽ രാവിലെ തന്നെ മിക്സി ഓൺ ആക്കുക സ്റ്റീൽ പാത്രങ്ങളുമായി കലശലായി യുദ്ധം ചെയ്യുക. എന്നീ കുടില തന്ത്രങ്ങളിലേക്ക് കടക്കും.

എന്ത് തന്നെയായാലും എന്നെ എണീപ്പിക്കുന്നതിൽ അമ്മ ഒരു പരിധി വരെ വിജയം കണ്ടെത്തിയിരുന്നു.

അന്നും ആ ശ്രമം പരാജയപ്പെട്ടില്ല രണ്ടാമത്തെ സമയതന്ത്രത്തിൽ അറിഞ്ഞു കൊണ്ട് ഞാനെന്റെ ഉറക്കം നഷ്ടപ്പെടുത്തി.

അന്നൊരു ദുഖ:വെള്ളിയായിരുന്നു. പെസഹാവ്യാഴത്തിന്റെ ഉറക്കച്ചടവ് പോലും മാറിയിരുന്നില്ല.

എന്നാലും എണീറ്റ് പള്ളിയിൽ പോയി . പള്ളിയിൽ പതിവ് പോലെ നിറഞ്ഞ് കവിഞ്ഞ ജനസാഗരം. ഞാനും പതിവ് പോലെ പിന്നിലെ ബെഞ്ചിനോട് ചേർന്ന് ഇരുന്നു.

ദു:ഖവെള്ളി ദിവ്യകാരുണ്യ സ്വീകരണം ഇല്ല . പകരം ദിവുകാരുണ്യ പ്രദക്ഷിണം ആണ് പള്ളിക്കകത്ത് തന്നെ. മുക്കാൽ മണിക്കൂറോളം നീണ്ടു നിൽക്കുന്ന പ്രദക്ഷിണം പെസഹാവ്യാഴത്തിലും ഉണ്ടാകും. അവിടെ ആരംഭിക്കുന്ന ആരാധന ദു:ഖ വെള്ളിയിലെ പ്രദക്ഷിണത്തിലാണ് അവസാനിക്കുന്നത്. പക്ഷെ അത്രയും സമയം സഹിച്ച് നിൽക്കുവാൻ ഉള്ള കരുത്ത് അന്നെനിക്ക് നഷ്ടപ്പെട്ടു. ഞാൻ പതിയെ വീട്ടിലോട്ട് തിരിച്ചു. അമ്മയും ചേച്ചിയും എല്ലാം പള്ളിയിൽ തന്നെയാണ് .പക്ഷെ ഞാൻ തിരികെ നടന്ന് വീടിന്റെ പിന്നാമ്പുറത്ത് എത്തുമ്പോ അപ്പച്ചൻ അവിടെ കിണറ്റിൽ നിന്നും വെള്ളം കോരി വാഴ നനക്കുന്നുണ്ട്. അപ്പൻ പ്രദക്ഷിണം തുടങ്ങാൻ നേരം ഇറങ്ങി കാണണം.

കുർബ്ബാന തീർന്നോന്ന് അപ്പച്ചൻ ചോദിച്ചു. തീർന്നെന്ന് ഞാൻ ഒരു കള്ളവും പറഞ്ഞു.

: അവരെല്ലാം പതിയെ നടന്ന് വരുന്നുണ്ട് ഞാൻ വേഗത്തിൽ പോന്നതാണ്.

ആ വരവ് ജീവിതത്തിലൊരിക്കലും മറക്കാൻ കഴിയാത്ത ഒരനുഭവമായിരിന്നു.

ഞാൻ മൂന്നാം തരത്തിൽ പഠിക്കുന്ന കാലം. ഒരു ശനിയാഴ്ച വീട്ടിൽ ആരും ഉണ്ടായിരുന്നില്ല. ആ സമയം സാഹസികതയുടെ പ്രാന്ത് തലയ്ക്ക് പിടിച്ച് ഞങ്ങൾ ഏറുമാടമായി പ്രഖ്യാപിച്ച ചരിഞ്ഞ

കശുമാവിൻ മരത്തിന് മുകളിൽ നിന്ന് പാരച്യൂട്ടുമായി എടുത്ത് താഴോട്ട് ചാടി . ഒരു പത്തടി താഴോട്ട് . ഏതോ ഇംഗ്ലീഷ് പടം കണ്ട് തലയ്ക്ക് പിടിച്ചതാണ്. പക്ഷെ ചാടാൻ പാരച്യൂട്ടായി ആദ്യം ഉപയോഗിച്ചത് പഴയ കെടക്കയുടെ പ്ലാസ്റ്റിക് കവറായിരുന്നു. എടുത്ത് വച്ച് പലയിടത്തും പാറ്റനക്കി ഓട്ടയായ കവറിൽ കാറ്റ് പിടിക്കാതെ ആദ്യ രണ്ട് ശ്രമങ്ങളും ധയനീയമായി പരാജയപ്പെട്ടു..

അപ്പോഴാണ് ന്യൂട്ടന്റെ തലയിൽ ആപ്പിൾ വീണ പോലെ ഞാൻ സ്വയം കണ്ടെത്തിയെന്നു അവകശപ്പെടുന്ന ഒരനുഭവം ഞാൻ ഓർത്തത്.

ഒരിക്കൽ സ്കൂളിലേക്ക് ഗ്രൗണ്ടിലൂടെ പോകുകയായിരുന്നു ഞാൻ, അന്നേരം എവിടെ നിന്നോ ഒരു ശക്തിയായ കാറ്റ് വീശി. കാറ്റെന്നെ ചുറ്റിവളഞ്ഞു. ഗ്രൗണ്ടിനറ്റത്തെ മല്ലി മരം പോലും ആടിയുലഞ്ഞു. അന്ന് എനിക്ക് ഒന്നാം തരത്തിൽ അപ്പച്ചൻ മേടിച്ച് തന്ന നീല ശീലയും ശീലയിൽ നിറയെ ബലൂണുകളുമുള്ള പോപ്പിക്കുട ചൂടിയിരുന്നു . അന്നേരം കുട താനേ കയ്യിൽ നിന്നുയർന്നു - നിയന്ത്രിക്കാൻ ശ്രമിച്ചപ്പോൾ കുടയിൽ തട്ടിപ്പിടിച്ച കാറ്റെന്നെ വന്ന വഴി പിറകോട്ട് നടത്തി.

അതെ . അന്നേരം ഞാനോർത്തു. പോപ്പിക്കുടയിൽ കാറ്റു പിടിക്കും പതിയെ നിലത്തെത്താനാകും. വീട്ടിൽ ആരും ഇല്ലാത്തത് കൊണ്ട് ആരെയും കൂസാതെ പോപ്പിക്കുടയെടുത്തു കശുമാവിന്റെ മുകളിൽ കയറി . എടുത്തു ചാടി .

എന്റെ കണ്ടുപിടുത്തത്തെ ശരിവെക്കും വിധം പോപ്പിക്കുടയിൽ കാറ്റു പിടിച്ചു പക്ഷെ നാരുപോലുള്ള ശീലക്കമ്പികൾ കാറ്റിന്റെ വഴിയേ പോയി. വിചാരിച്ചതിലും പെട്ടന്ന് താഴെയെത്തി. പോപ്പി കുടയിൽ നോക്കിയപ്പോൾ യുദ്ധത്തിൽ പൊരുതി തോറ്റ പോരാളിയെ പോലെ ശീലക്കമ്പികളിലെല്ലാം രണ്ടും മൂന്നും ഒടിച്ചിലുകൾ , ബലൂൺ നിറച്ച നീല ശീലയാകട്ടെ പകുതി വഴിയിൽ കീറിയിരിക്കുന്നു.

കണ്ടു പിടിച്ച സിദ്ധാന്തങ്ങളൊന്നും അവിടെ എന്നെ സമാധാനിപ്പിച്ചില്ല. കുട ഒടിഞ്ഞതിലല്ല അത് അപ്പച്ചൻ അറിഞ്ഞാൽ ഉണ്ടാക്കുന്ന പുകിലിനെ കുറിച്ചോർത്ത് ഞാൻ ചെയ്ത കുറ്റം ഒളിപ്പിക്കാൻ തീരുമാനിച്ചു..

കശുമാവിനോട് കുറച്ച് അകലെ അപ്പച്ചൻ എന്നും വെള്ളമൊഴിക്കുന്ന വാഴ കൂട്ടത്തിന്റെ അപ്പുറത്തായി എനിക്ക് ഓർമ്മവെച്ച കാലം മുതൽ അവിടെ അടുക്കി വച്ചിരിക്കുന്ന കുറേ ഓടുകൾ ഉണ്ടായിരുന്നു. ഇന്നേവരെ അത് ആരും അനക്കിയിട്ടില്ല. ആ ഓടുംകൂട്ടത്തിന് അടിയിലായി എനിക്ക് കഴിയും വിധത്തിൽ മണ്ണ് മാന്തി ഞാനൊരു കുഴിയെടുത്തു. കുടയുടെ നീളത്തിലുള്ള കമ്പി പുറത്തേക്ക് നിൽക്കും എന്ന് കണ്ടപ്പോൾ അത് ചവിട്ടിയൊടിച്ചു എല്ലാം കൂടെ കുഴിയിലിട്ട് മൂടി.

ദിവസങ്ങൾ കടന്ന് പോയി മഴക്കാലമല്ലാത്തതിനാൽ ആരും കുടയെ പറ്റി ചോദിച്ചില്ല.

മൂന്നാഴ്ച്ചക്ക് ശേഷം ദുഖവെള്ളിയായിരുന്നു അന്ന് . പള്ളിയിൽ നിന്നും വന്ന ഞാൻ അപ്പനോട് വർത്തമാനം പറഞ്ഞ് കൊണ്ടിരിക്കലെ അപ്പൻ വാഴക്ക് നനച്ച വെള്ളം പതിവ് തെറ്റിച്ച് ഞാൻ കുഴിച്ച മണ്ണിന് മേലെ വീണു. മണ്ണൊഴുകി മാറി. കുടയുടെ നീലശീല അപ്പച്ചന്റെ കണ്ണിൽ പെട്ടു. അപ്പച്ചൻ ഒരു വടിയെടുത്ത് മണ്ണ് മാറ്റി. പോപ്പിക്കുട പുറത്തെടുത്തു എന്റെ നെഞ്ച് പടപടാന്ന് ഇടിക്കാൻ തുടങ്ങി.

: ഇതാരാടാ ഒടിച്ചെ? ഗൗരവം കലർന്ന ഭാവത്തിൽ അപ്പച്ചൻ ചോദിച്ചു.

: എനിക്കറിയില്ല

:നിനക്കറിയില്ലേ? പതിയേ ഗൗരവത്തിൽ ദേഷ്യം കലരുന്നത് ഞാൻ കണ്ടു.

തൊണ്ട വറ്റി, പറയാൻ ഒരു കള്ളവും നാവിൽ വന്നില്ല. ഞാൻ പിടിക്കപ്പെട്ടു എന്നുറപ്പായി. എങ്കിലും കുറ്റമേറ്റ് പറയാൻ എന്റെ പേടി എന്നെ അനുവദിച്ചില്ല. ഞാൻ ഒന്നും മിണ്ടാതെ നിന്നു.

അന്നേരം ഞാൻ ഇരുന്നത്. ഒരു ഉരലിൽ ആയിരുന്നു. ഞാൻ ജനിച്ച കാലം മുതൽക്കേ എന്റെ കണ്ണിൽ കാണുന്നതാണ് അതും. അമ്മായി ഇടയ്ക്കിടെ വന്ന് അരിയും പുളിയും ഇടിയ്ക്കുന്നതൊഴിച്ചാൽ അവന് വീട്ടിൽ വലിയ പണിയെന്നുമില്ല. പക്ഷെ അന്ന് അവന് പണി കിട്ടി.

അപ്പച്ചൻ എന്നെ പിടിച്ച് ഉരലിൻമേൽ ഇരുത്തി

: ഞാൻ വരുന്നത് വരെ ഇവിടെ നിന്നും അനങ്ങരുത് എന്ന് കർക്കശത്തിൽ പറഞ്ഞ് വെട്ടുകത്തിയും എടുത്തോണ്ട് പറമ്പിനറ്റത്തേക്ക് പോയി.

എനിക്കുറപ്പായി വടിവെട്ടാനുള്ള പോക്കാണ് . എന്റെ ഭയം ഇരട്ടിയായി ശരീരം തണുത്ത് മരവിച്ചു. എഴുന്നേറ്റോടാനുള്ള ശക്തി പോലും അപ്പച്ചന്റെ വാക്കുകളിൽ ശീതളമായി.

ഇനി രക്ഷ അപ്പച്ചൻ വടിവെട്ടിവരുന്നതിനു മുമ്പ് അമ്മയും ചേച്ചിയും പള്ളിയിൽ നിന്നും എത്തണം . പള്ളിയിൽ നിന്നും മുന്നേ പോന്നതിൽ എന്റെ മനസ്സ് വല്ലാതെ വിഷമിച്ചു. അതിനിടയിൽ വാഴയിലകൾക്കിടയിലൂടെ ഞാൻ പറമ്പിനറ്റത്തേക്ക് നോക്കി. നല്ല പൂവത്തിന്റെ വടി തന്നെയാണ് വെട്ടുന്നത്. ഭയമേറിയേറി വന്നു. അമ്മയും ചേച്ചിയും വന്നിരുന്നെങ്കിൽ അവരെന്തെങ്കിലും പറഞ്ഞ് അപ്പച്ചനെ തണുപ്പിച്ചേനേ , ഞാൻ അതോർത്തിരുന്നതും അമ്മയും ചേച്ചിയും നടന്ന് പിനാമ്പുറത്തേക്ക് വന്നു.

ഞാൻ ഡ്രസ്സുപോലും മാറാതെ ഉരലിൽമേൽ ഇരിക്കണത് കണ്ട അമ്മ ചോദിച്ചു: നീ എന്താ ചെക്കാ ഇവടെ ഇരിക്കണെ?

അമ്മയോട് എല്ലാം തുറന്ന് പറയാൻ ആഗ്രഹിച്ച് ഞാൻ എഴുന്നേറ്റതും എന്റെ തുടയുടെ പിന്നിലൂടെ വടുവീഴും വണ്ണത്തിൽ ഒരടി വന്നു വീണു. വേദന കൊണ്ട് പുളഞ്ഞ് ഞാൻ അമ്മയിലേക്ക് കരഞ്ഞ് കൊണ്ട് ഓടി .അപ്പൻ നിർത്തിയില്ല അമ്മയുടെ അടുത്ത് എത്തും മുമ്പേ കൈ തണ്ടയിൽ അടുത്തതും കിട്ടി.

കരച്ചിലിന്റെയും വേദനയുടെയും ഒച്ച കൂടി . അമ്മ അപ്പനെ തടയാൻ ശ്രമിച്ചെങ്കിലും കലിപൂണ്ട അപ്പച്ചനെ തടയാൻ അമ്മയ്ക്കും ചേച്ചിക്കും കഴിഞ്ഞില്ല. ഞാൻ നേരെ അകത്തേക്ക് ഓടിക്കയറി. അമ്മയെ കുതറി മാറി അപ്പച്ചൻ പിന്നാലെ, അപ്പച്ചന് പിന്നാലെ അമ്മയും . റൂമിനറ്റത്തെത്തി ഒന്നും ചെയ്യാനില്ലാതെ കരഞ്ഞ് കൊണ്ട് ഞാൻ നിന്നു .അപ്പച്ചൻ എന്നെ തലങ്ങും വിലങ്ങും തല്ലി. എന്നെ തല്ലി കൊല്ലല്ലേന്ന് പറഞ്ഞ് അമ്മ അപ്പച്ചനെ പിടിച്ച് മാറ്റി കൊണ്ടു പോയി. ഞാൻ കരഞ്ഞുകൊണ്ട് ചുവരിനോട് ചേർന്നിരുന്നു. ശരീരത്തിനും മനസ്സിനും ഒരുപോലെ വേദന . കരഞ്ഞു കുറേ കരഞ്ഞു. അപ്പച്ചനും അമ്മയും എന്തൊക്കെയോ പിറുപിറുക്കുന്നുണ്ടായിരുന്നു. വേദനയിൽ എനിക്ക് ഒന്നും മനസ്സിലായില്ല.

പതിയെ ഒച്ചയും ബഹളവും എല്ലാം ശാന്തമായി. എന്റെ വിതുമ്പൽ മാത്രമായി ബാക്കി .

കുറച്ച് കഴിഞ്ഞ് അമ്മ വന്ന് എന്നെ സമാധാനിപ്പിച്ചു.

:നീ എത്ര വാശിപിടിച്ച് മേടിച്ച് തന്ന കുടയാണ് അത്, എന്നിട്ട് നീ തന്നെ അത് ഒടിച്ചാ അപ്പച്ചന് അത് സഹിക്ക്യോ

ഇല്ലാത്ത കാശുണ്ടാക്കി നിനക്ക് ഇതൊക്കെ വാങ്ങി തരുമ്പോ നീ വെലയില്ലാത്ത പോലെ പെരുമാറാ!!

പിന്നെ നീ അത് ഒടിച്ചതില് മാത്രല്ല നീ അത് ഒളിപ്പിച്ചില്ലെ! ചോദിച്ചപ്പോ നീ ഒട്ട് സത്യം പറഞ്ഞതൂല്ല്യാ അതാണ് അപ്പച്ചന് ദേഷ്യം വന്നത്. സാരല്ല്യാ പോട്ടെ ..

അതും പറഞ്ഞ് അമ്മ പോയി അതിനു ശേഷം ഒരിക്കൽ പോലും അപ്പച്ചൻ എന്നെ തല്ലിയിട്ടില്ല.

തെറ്റ് ചെയ്ത എനിക്ക് ഇത്ര വേദനിച്ചെങ്കിൽ തല്ലിയ അപ്പച്ചന്റെ മനസ്സും വല്ലാതെ കലങ്ങിയിരിക്കണം.

വേദനയോടെയാണെങ്കിലും അന്ന് അപ്പച്ചൻ പഠിപ്പിച്ച് തന്ന ഒരു പാഠമുണ്ട് - അറിയാതെ ചെയ്ത പോയ ഒരു തെറ്റ്, അത് തെറ്റാണെന്ന് ബോധ്യമായാൽ ഒളിപ്പിക്കുന്നതിലല്ല അത് ഏറ്റു പറയുന്നതിലാണ് മിടുക്ക് കാണിക്കേണ്ടത്.

അതിന്റെ പിറ്റേന്ന് ഒരു പ്രായശ്ചിത്തമെന്നോണം ഒരു വലിയ കുപ്പി ബൂസ്റ്റും അതിന്റെ കൂടെ ഫ്രീകിട്ടുന്ന വാട്ടർ ബോട്ടിലും എനിക്ക് അപ്പച്ചൻ മേടിച്ചോണ്ടു വന്നു. എന്റെ തെറ്റ് തിരിച്ചറിയാൻ അത്രയും സമയം എനിക്ക് ധാരാളമായിരുന്നു..

ചെറുപ്പത്തിൽ കുറുമ്പുകൾ കാട്ടുമ്പോ വേദനയോടെയാണെങ്കിലും അപ്പച്ചനും അമ്മയും പലതും പഠിപ്പിച്ച് തരാൻ ശ്രമിക്കും. അത് ഉൾക്കൊള്ളാൻ കഴിയുന്ന പക്ഷം ആ വേദനയിൽ സ്നേഹമുണ്ട്.

ആ ദുഃഖവെള്ളി ഈശോയോടൊപ്പം ഇരുവശത്തും കുരിശിൽ തറക്കപ്പെട്ട കള്ളൻമാരിൽ വലതുവശത്തെ കള്ളനായിരുന്നു ഞാൻ. ആ കള്ളനെ പോലെ തെറ്റ് മനസ്സിലാക്കി അതേറ്റ് പറഞ്ഞ് ശാന്തമായാണ് അന്ന് ഞാൻ ഉറങ്ങിയത്..

8

പൊള്ളുന്ന തേൻനിലാവ്

രാവിലെ നേരത്തെ എണീറ്റു പഴയ ടി.വി പെട്ടി റാക്കിൽ നിന്നും താഴെയിറക്കി പരതാൻ തുടങ്ങി. നേരം പോയി കൊണ്ടിരുന്നു. സ്കൂളിൽ തോരണങ്ങളെല്ലാം കെട്ടിതീർന്നിരിക്കും ബാന്റ്സെറ്റിനുള്ള കുട്ടികൾ വന്ന് തുടങ്ങിയതേ കാണൂ.

സമയം കളയാതെ ഞാൻ അമ്മയെ വിളിച്ചു. കാണാതെ പോകുന്നതെന്തും വർഷങ്ങൾക്കപ്പുറത്ത് നിന്ന് പോലും കണ്ടപിടിച്ച് കൊണ്ട് വരുന്ന ഷെർലക്ക് ഹോമികളാണല്ലോ അമ്മമാർ..

രണ്ട് വിളി കഴിഞ്ഞപ്പോ അരിക്കലത്തിനടുത്ത് നിന്ന് അമ്മ ഒരു കമ്പിയടിച്ചു: കിട്ടിയില്ലേൽ കെട്ടണ്ടാ, അല്ലപിന്നെ ... ആവശ്യം കഴിഞ്ഞാ ഓരോ സ്ഥലത്ത് കൊണ്ടന്നിട്ടും പിന്നെ അന്വേഷിക്കണത് അടുത്ത കൊല്ലാണ്. എനിക്ക്വിടെ നൂറ് കൂട്ടം പണീണ്ട്.

ഇതൊക്കെ പറഞ്ഞാലും അഞ്ച് മിനിറ്റ് കഴിയുമ്പോ അമ്മയിങ്ങ് വരും.

അമ്മ വന്ന് ടി.വി പെട്ടീടെ ബ്ലൂ പ്രിന്റ് എടുത്തു. സാധനം കൈയിൽ തന്നു. പതാകയാണ് ഈ തപ്പിയിരുന്നത്. പതിവ് പോലെ വലുത് എടുത്ത് പന്ത്രണ്ട് രൂപ പ്ലാസ്റ്റിക് ചെരടിൽ കോർത്ത് നിർത്തി. ചെറുത് എടുത്ത് അപ്പച്ചന്റെ വണ്ടിയിലും കെട്ടി ,സ്കൂട്ടി പെപ്പ് ആണ് താരം .

അന്ന് ഒരു സ്വതന്ത്ര ദിനമായിരുന്നു. തേൻനിലാവിന്റെ മധുരവും ചട്ടുകത്തിന്റെ ചൂടുമുള്ള ഒരു സ്വാതന്ത്ര്യദിനം .

കുട്ടികളെല്ലാം പോയി തുടങ്ങി. ഒൻപത് മണിക്കാണ് സ്കൂളിൽ കൊടി ഉയർത്തൽ ചടങ്ങ്.

എനിക്കത് വളരെ തിരക്കേറിയ ദിവസമായിരുന്നു. എട്ടര ആവുമ്പോഴേക്കും കുളിച്ച് യൂണിഫോം ഇട്ട് റെഡ്ഡ്യായി ചേട്ടന്റെ കടയ്ക്ക് മുന്നിൽ പോയി നിൽക്കണം അവിടെ പതാക ഉയർത്തൽ ഉണ്ട്. അത് കഴിഞ്ഞാ എല്ലാർക്കും മിഠായി തരും . അത് മേടിച്ച് വന്ന് വീട്ടിലെ ഒറ്റ തൂണിൽ കെട്ടി നിർത്തിയ പതാക ഉയർത്തണം.

എന്റെ വീടിനടുത്ത് ആരും ഇത് ചെയ്യാറില്ല. ഞാൻ ഇത് കണ്ട് പഠിച്ചത് തറവാട്ടിൽ നിന്നാണ് . അവിടെ എന്റെ ചെറുപ്പം മുതൽകെ എല്ലാ സ്വാതന്ത്ര ദിനത്തിനും ദേശീയ പതാകയെടുത്ത് കമ്പിൽ കോർത്ത് മുന്നിലെ ഉത്തരത്തിൽ കുത്തി നിർത്തും.

ഒരിക്കൽ ഞാൻ വെല്ലിപ്പിച്ചന്നോട് ചോയിച്ചു : ദേശീയ പതാക സ്കൂളിലും, സെന്ററുകളിലും ഒക്കെയല്ലെ ഉയർത്താ നമ്മൾ എന്തിനാ അത് ചെയ്യണേന്ന്!!.

റിപ്പബ്ലിക് ഡേ പരേഡ് മുതൽ സ്വാതന്ത്ര ദിനാഘോഷങ്ങളും ഒളിംപിക്സും വേൾസ്കപ്പും എല്ലാം മുടങ്ങാതെ ടിവിയിൽ കാണുന്ന വെല്ലിപ്പനോടായിരുന്നു എന്റെ ചോദ്യം.

വെല്ലിപ്പിച്ചൻ ഉത്തരം തന്നു : നമ്മുട ദേശം നമുക്ക് തരുന്ന എല്ലാ നൻമകൾക്കും, അതിപ്പൊ സ്വാതന്ത്ര സമരങ്ങളിൽ തുടങ്ങി ധീര ജവാൻമാരും കായിക താരങ്ങളും രാഷ്ട്രീയ നേതാക്കളും എല്ലാരും ചേർന്ന് നമ്മുടെ ദേശത്തെ ഇന്ന് കാണുന്ന ഇന്ത്യയാക്കി മാറ്റി. എത്രയൊക്കെ കോട്ടങ്ങൾ ഉണ്ടെന്ന് പറഞ്ഞാലും ഇന്നത്തെ ഇന്ത്യ ഒരുപാട് മുന്നിലാണ് അതിന് പ്രയത്നിച്ചവരെ ആദരിക്കാനുള്ള ദിവസാണ് ഓരോ സ്വാതന്ത്ര ദിനവും . നമ്മള് ഇങ്ങനെ ചെയ്യുമ്പോ അവർ നേടിയ വിജയങ്ങളിൽ നമ്മളും പങ്കാളികളാവാണ് അതില് നമുക്കും അഭിമാനിക്കാം ..

ഒരുപാടൊന്നും മനസ്സിലായില്ലെങ്കിലും ആ കൊല്ലാം തൊട്ട് ഞാനും വീട്ടിൽ പതാക ഉയർത്താൻ തുടങ്ങി.

അങ്ങനെ വീട്ടിലെ ദേശീയ പതാക ഉയർത്തൽ കഴിഞ്ഞ് പള്ളിക്കുന്ന് സെന്ററിൽ അജിക്കൊപ്പം നടന്നെത്തി. അവടന്നും മിഠായി കിട്ടി. ശേഷം സ്കൂളിൽ എത്തി ഹെഡ്മിസ്ട്രസിന്റെ പ്രസംഗവും സ്വാതന്ത്രദിനാശംസകളും കഴിഞ്ഞ് ബേസ്റ്റ് സെറ്റിന്റെ അകമ്പടിയോടെ ദേശീയ പതാക ഉയർത്തി. ശേഷം എല്ലാർക്കും ലഡു വിതരണം ചെയ്തു. പഠിക്കുന്ന അതത് ക്ലാസ്സിൽ ചെന്നിരുന്നാൽ ലഡു കിട്ടും.

അതും മേടിച്ച് കഴിച്ച് നേരെ പോവുന്നത് പള്ളിയിലേക്കാണ് .

പള്ളിക്കുന്ന് ഇടവക കരകയറ്റ മാതാവിന്റെ ഇടവകയായത് കൊണ്ടും ഓഗസ്റ്റ് 15 മാതാവിന്റെ സ്വർഗ്ഗാരോഹണ തിരുന്നാൾ ആയത് കൊണ്ടും പള്ളി ഹോളിൽ ഊട്ട് ഉണ്ടാവും. പള്ളിക്കുന്നിലെ ഊട്ട് പെരുന്നാൾ വളരെ പ്രസിദ്ധമാണ്. ഹാളിനകത്ത് വിരിച്ചിട്ട മൂന്നും നാലും കൈത്തറി പായകളിൽ മുഴവൻ ചോറു നിറച്ച് വച്ചിട്ടുണ്ടാവും. വലിയ വാർപ്പകളിൽ തയ്യാറാക്കുന്ന പായസ്സവും സാമ്പാറും കൂട്ടുകറികളും പപ്പടവും അച്ചാറും .. ഒരു സദ്യ തന്നെയാണ് ഊട്ട്..

പള്ളിയിൽ കുർബ്ബാന നടക്കുന്നതേ ഉള്ളൂ. കുർബ്ബാനയിൽ കൂടാനെന്ന് പറഞ്ഞ് പള്ളിയിൽ കയറും പക്ഷെ ചൂട് സാമ്പാറിന്റേം പായസത്തിന്റേം മണം മൂക്കിലടിക്കുമ്പോ പുറത്തിറങ്ങും .

വലിയ പാട്ടു കുർബ്ബാനയാണ്, കഴിയുന്നത് വരെ പിടിച്ച് നിൽക്കാൻ ഉള്ള ത്രാണിയില്ല.

ശരിക്കും കുർബ്ബാന കഴിഞ്ഞിട്ടേ ഭക്ഷണം കൊടുക്കാറുള്ളൂ. പക്ഷെ സ്കൂൾ കുട്ടികൾക്ക് കൊടി ഉയർത്തി കഴിഞ്ഞാ കൊടുത്ത് തുടങ്ങും. കുർബ്ബാന കഴിഞ്ഞാൽ ഉണ്ടാകുന്ന തിരക്കിൽ നിന്ന് കുട്ടികളെ ഒഴിവാക്കാനായിരുന്നു അത്. എങ്കിലും ക്യൂവിൽ നിൽക്കണം. പത്തഞ്ഞൂറ് പിള്ളേരായിരിക്കും ഉണ്ടാവുക. അപ്പൊ സീറ്റൊഴിയുന്നതിനന്നുസരിച്ചേ അകത്തേക്ക് കയറ്റൂ.

പക്ഷെ തിക്കിതിരക്കി വെയിലത്ത് ക്യൂ നിന്ന് ഹാളിനുള്ളിലേക്ക് എത്തുമ്പോ ചൂടൻ ചോറും സാമ്പാറും പായസവും എല്ലാത്തിന്റേം മണം മൂക്കിൽ തുളച്ച് കയറും . എത്ര വേണേലും കഴിക്കാം പക്ഷെ എല്ലാരും ആവശ്യത്തിനേ കഴിക്കാറുള്ളൂ .. ഒരു പിടി മറ്റുള്ളവർക്ക് മാറ്റിവെക്കുന്നതിൽ നമ്മൾ എന്നേ മുന്നിലാണ്...

ഊട്ട് കഴിഞ്ഞ് പുറത്തിറങ്ങി പള്ളിക്ക് മുന്നിൽ കെട്ടിയ പന്തലിൽ ചെന്ന് പ്രാർത്ഥിച്ച് ഒരു പിടി പൊരിയും അവിലും നേർച്ചയായി മേടിച്ചു.. അതും കഴിച്ച് അവിടെ നിരന്ന് കിടക്കുന്ന കളിപ്പാട്ട കടകളിലൊക്കെ ചുറ്റുപറ്റി നിന്ന് പതിയെ വീട്ടിലേക്ക് തിരിച്ചു.

പക്ഷെ അന്ന് വീട്ടിലെത്തുമ്പോ അത് വരെ ഞാൻ ചെയ്യാത്ത ഒരു സൂത്രവും കൊണ്ടാണ് ഞാൻ ചെന്നത്.

"തേൻനിലാവ് ".

അന്നൊരു ദിവസം നാലാം ക്ലാസ്സുകാരൻ പയ്യൻ സമ്പന്നനായി. അവന് ഒരുപാട് ഇഷ്ടമുള്ള തേൻ നിലാവ് വരും വഴിക്ക് അമ്മാമ്മയുടെ പെട്ടിക്കടയിൽ നിന്നും എട്ട് രൂപക്ക് വാങ്ങി, അത് കഴിക്കാൻ നേരം അവൻ വീട്ടുകാരെ കുറിച്ചോർത്തു ,അവർക്കായി നാലെണ്ണം മാറ്റി വെച്ചു. എല്ലാം യാദൃശ്ചികം..

തേൻനിലാവും കൊണ്ട് ഞാൻ വീട്ടിൽ വന്ന് കയറി . ഒന്ന് ചേച്ചിക്കും ഒന്ന് അമ്മക്കും കൊടുത്തു .

അവര് ചോദിച്ചു: ഇതെവെടന്നാണെന്ന്??

ഞാൻ ആദ്യം പറഞ്ഞു: അജി മേടിച്ചതാണെന്ന് .

പിന്നാലെ അപ്പച്ചൻ കയറി വന്നു. അപ്പച്ചനും കൊടുത്തു ഒരെണ്ണം പക്ഷെ മുപ്പര് കഴിച്ചില്ലാ പകരം അവര് ചോദിച്ച അതേ ചോദ്യം ആവർത്തിച്ചു.

ആദ്യം അവരോട് പറഞ്ഞത് തന്നെ പറഞ്ഞു.

പക്ഷെ അപ്പച്ചൻ വീണ്ടും ചോദിച്ചു. അപ്പൊ ഞാൻ കുറേ കൂടി വിസ്തരിച്ച് പറഞ്ഞു: അജി പ്രിൻസിന് കടം കൊടുത്ത എട്ട് രൂപയാണ് അവൻ ഇന്ന് തിരിച്ച് തന്നു. അപ്പോ ഞാൻ അത് മേടിച്ചു തേൻനിലാവ് മേടിച്ചു. പറഞ്ഞ് തീരുമ്പോ വീട്ടുകാർക്ക് വേണ്ടി അദ്ധ്വാനിച്ച് വലിയതെന്തോ വാങ്ങിക്കൊടുത്തവന്റെ ഗമയായിരുന്നു എന്റെ മനസ്സിലും മുഖത്തും .

എന്റെ വിസ്താരം കേട്ട് അമ്മ ചോദിച്ചു: ഈ പൈസ അവന് തിരിച്ച് കൊടുക്കണ്ടേ?

അത് കൊഴപ്പല്ല്യാന്ന് ഞാൻ പറഞ്ഞ് തീരും മുമ്പേ അപ്പച്ചൻ അമ്മയോട് ചോദിച്ചു:

ഈ ഫ്രിഡ്ജിന്റെ മുകളിൽ ഇരുന്ന എട്ട് രൂപ നീ എടുത്തോ?

അമ്മ ഇല്ലെന്ന് പറഞ്ഞ് എന്നെ നോക്കി എന്റെ ഹൃദയം ഒരു കുറ്റവാളിയെ പോലെ ഇടിക്കാൻ തുടങ്ങി. തിരിഞ്ഞ് നോക്കുമ്പോ എന്നെ നോക്കി കലിതുള്ളി നിൽക്കുന്ന അപ്പച്ചന്റെ മുഖമാണ് കണ്ടത്.

ഞാൻ ചെയ്തത് ഒരു തെറ്റായിരുന്നു എന്ന് പോലും ഞാൻ തിരിച്ചറിയുന്നത് ആ നോട്ടത്തിലാണ്. പക്ഷെ ആ തെറ്റ് എന്താണെന്ന് എനിക്കപ്പോഴും മനസ്സിലായിരുന്നില്ല.

അപ്പച്ചന് ദേഷ്യം വന്നാൽ സ്വയം സംസാരിക്കും. പറയുന്നതെല്ലാം ചീത്തയായിരിക്കും അതും എന്നെ തന്നെയാണ് പറയുന്നതും..

പതിയെ മുറിയിലെ ജനാലയിലൂടെ ഒളിച്ച് നിന്ന് നോക്കിയപ്പോ അപ്പൻ സ്വയം പറയുന്നുണ്ട്: അവൻ ചോദിക്കാതെ കാശെടുത്തു. അവൻ വീട്ടിലെ കാശ് ചോദിക്കാതെ എടുത്തോണ്ട് പോയി തേൽ നിലാവ് വാങ്ങി. ഇപ്പൊ അവൻ ഇങ്ങന ചെയ്തു കൊറച്ചുടെ കഴിയുമ്പോ എന്താവും... ഇത് ഞാൻ ശെര്യാക്കി തരാം ..

പറഞ്ഞു നിൽക്കലേ അടുക്കളയിലേ പാത്രമടുക്കിൽ തൂങ്ങിക്കിടന്ന ചട്ടുകമെടുത്ത് കൊണ്ടോയി തീകനലുള്ള അടുപ്പിൽ വച്ചു..

അതെനിക്കുള്ളതാണെന്ന് മനസ്സിലായി. ശരീരം തണുത്തു വിറക്കാൻ തുടങ്ങി.ചെയ്തത് തെറ്റാണെന്ന കുറ്റബോധം മനസ്സിനെ തളർത്തി. നിന്നിടത്ത് നിന്നും അനങ്ങാനാവാതെ ആ ചുവരിൽ തന്നെ ചാരി ഇരുന്ന് ഞാൻ വിതുമ്പാൻ തുടങ്ങി.

ഇടയ്ക്കിടെ അമ്മയും വാക്കുകൾ കൊണ്ട് കുത്തി നോവിച്ചു കൊണ്ടിരുന്നു.

ഏത് നിമിഷവും പഴുത്ത ചട്ടകവുമായി കയറി വരുന്ന അപ്പച്ചനെ പ്രതീക്ഷിച്ചാണ് ഞാൻ ഇരുന്ന് വിതുമ്പുന്നത്. ഒരു ചുവരിനപ്പുറത്ത് മാറിയും മറിഞ്ഞും അപ്പച്ചൻ ചീത്ത പറഞ്ഞ് കൊണ്ടിരുന്നു. വിതുമ്പൽ പതിയെ കരച്ചിലിലേക്ക് വഴി മാറി.

പക്ഷെ എന്തൊക്കെ പറഞ്ഞാലും മക്കളെ ശിക്ഷിക്കാനും രക്ഷിക്കാനും കഴിയുന്ന ഒരു വലിയ ശക്തി അമ്മ തന്നെയാണ്.

കുറച്ച് സമയത്തിന് ശേഷം അമ്മയും ചേച്ചിയും കൂടി അപ്പച്ചനെ പറഞ്ഞ് തണുപ്പിച്ചു.

അവൻ ഇനി ഇങ്ങനെ ആവർത്തിക്കില്ല ,എട്ട് രൂപയല്ലെ ,വേടിച്ചത് മിഠായിയല്ലെ, എന്നെല്ലാം പല അവർത്തി അമ്മ അപ്പനോട് പറയുന്നുണ്ടായിരുന്നു. ചുട്ടുപ്പഴുത്ത ചട്ടകം പതിയെ പൈപ്പിൻ ചുവട്ടിലേക്ക് കൂപ്പ് കുത്തി ..

കുറച്ച് കഴിഞ്ഞ് അമ്മ വന്ന് എന്നോട് പറഞ്ഞു: ഇനി നീ ചോയിക്കാതെ പൈസ എടുത്താൽ എനിക്കറിയാം.

നിനക്ക് പൈസ വേണങ്കി അപ്പച്ചനോട് ചോയിക്യാ .നിനക്ക് എന്നെങ്കിലും അപ്പച്ചൻ തരാതിര്ന്ന്ണ്ടാ??. ആവശ്യത്തിന് തരും അനാവശ്യത്തിന് അല്ല.

ആ വാക്കുകൾ സത്യത്തിൽ അമ്മയുടേതായിരുന്നില്ല. അപ്പന്റേതായിരുന്നു. അപ്പച്ചൻ ഒരിക്കൽ പോലും എന്റെ ആവശ്യങ്ങൾ

മുടക്കിയിട്ടില്ല .അത് വരെ ഞാൻ ആവശ്യപ്പെട്ടതെല്ലാം എനിക്ക് മേടിച്ച് തന്നിട്ടുണ്ട്. ചിലപ്പോ വാശിയൊക്കെ പിടിക്കേണ്ടിവരും പക്ഷെ മൂപ്പര് സാധനം മേടിച്ച് തരും. അങ്ങനെ ഒരാൾടെ അടുത്ത്ന്ന് ചോദിക്കാതെ ഞാൻ പൈസ എടുത്തത്. അപ്പച്ചനെ വല്ലാതെ വിഷമിപ്പിച്ചിരിക്കണം.

ആ ചില്ലറ പൈസ എടുക്കുമ്പോ ഈ നാലാം ക്ലാസ്സുകാരന്റെ മനസ്സിൽ ഒരു പിടി തേൻ നിലാവും വീട്ടുകാരും ആയിരുന്നു. പക്ഷെ അവരടെ മനസ്സില് അവനും അവന്റെ സ്വഭാവരൂപീകരണവുമായിരുന്നു

ഇവിടെയും പതിവ് പോലെ വിജയിച്ചത് അവരാണ്; ചില തിരിച്ചറിവുകൾ, പാഠങ്ങൾ വേദനയോടെ നമ്മൾ മനസ്സിലാക്കണം എങ്കിലേ മനസ്സിൽ എന്നും കനലിൽ എരിയുന്ന ചട്ടുകമായും ചില്ലു കുപ്പിയിലെ തേൻനിലാവായും അതങ്ങനെ മായാതെ കിടക്കൂ...

9

കാറ്റാടീ .. ഇസ്പായി...

മൾട്ടിപ്പിൾ പേഴ്സണാലിറ്റി ടിസോഡർ എന്ന രോഗത്തെ ഞാൻ തിരിച്ചറിഞ്ഞ് തുടങ്ങുന്നത് എന്റെ നാലാം തരത്തിലാണ്. അതിസങ്കീർണമായ രോഗാവസ്ഥയാണ് അത്. ആ രോഗാവസ്ഥയുടെ ലക്ഷണങ്ങൾ ആദ്യമായി രൂപപെട്ടത് എന്റെ അമ്മയിൽ തന്നെയാണ്.

എന്റെ അഞ്ചാം തരം വരെ എന്നെ കണക്കും ഇംഗ്ലീഷും എല്ലാം വളരെ എളുപ്പത്തിൽ പഠിപ്പിച്ചിരുന്നത് അമ്മയായിരുന്നു. ഒരിക്കൽ പഴയ മരഅലമാരയുടെ തുറന്ന് പരിചിതമല്ലാത്ത കള്ളികൾ തുരുമ്പിച്ച താക്കോൽ കൂട്ടം വെച്ച് പരീക്ഷിച്ചപ്പോൾ അതിനുള്ളിൽ പാറ്റയും പല്ലിയും മുട്ടയിട്ട് ഇരണ്ടൻ കാർന്ന് തിന്ന ഒന്ന് രണ്ട് പുസ്തകങ്ങൾ കിട്ടി. ബി.എ ഇക്കണോമിക്സ് ട്ടെക്സ്റ്റും, ഡിപ്ലോമ ഇൻ കോ- ഓപ്റേഷനും . അന്നെന്നെ ഇംഗ്ലീഷും മാത്സും അനായാസം പഠിപ്പിച്ചിരുന്ന ചട്ടക്കാരിയുടെ കോളിഫിക്കേഷൻ കണ്ട് ഞാൻ തന്നെ അത്ഭുതപ്പെട്ട് പോയി.

ഞാൻ അതിനെ പറ്റി ചോദിച്ചപ്പോഴെല്ലാം - മാറ്റിയുടുക്കാൻ ഒരു മുണ്ട് പോലും ഇല്ലാതിരുന്ന കാലത്ത് അമ്മയെ കഷ്ടപ്പെട്ട് പഠിപ്പിച്ച അമ്മാമ്മയും അരച്ച് കൂട്ടുന്ന ചമ്മന്തിയും പുഴുങ്ങിയ കപ്പയും എല്ലാം ഭൂതകാലത്ത് നിന്നും അമ്മയുടെ മനസ്സിലേക്ക് ഓടിയെത്തിയിരുന്നു.

റോസമ്മയുടെ നാൽപ്പത്തിയൊന്നാം വയസ്സിൽ ആണ് അമ്മ ജനിക്കുന്നത്. "മെലിഞ്ഞുണങ്ങിയ ഒരാൾരൂപം" അങ്ങനെയാണണത്രെ അമ്മയെ വിശേഷിപ്പിച്ചിരുന്നത്. ഒരു പുഞ്ചിരിയോടെ അമ്മ ഇന്നും പറയും കളിക്കാനായി അയൽപക്കത്തേക്ക് ചെല്ലുമ്പോ "കാറ്റാടി" കളിക്കാനെത്തി എന്ന് അവിടത്തെ കാർന്നോർ വിളിച്ച് പറയും.

അന്ന് "ഇസ്പായി" കളിക്കുമ്പോ (ഇന്നത്തെ ഒളിച്ചു കളി) ഒളിച്ച് കഴിഞ്ഞ് കണ്ട്പിടിച്ചാ ഓടി വന്ന് മരത്തിൽ ആഞ്ഞടിച്ച് "ഇസ്പായി" വിളിക്കണം. പക്ഷെ അമ്മയെ കണ്ട് പിടിച്ചാ പേര് വിളിച്ച് ഇസ്പായി അടിക്കില്ലാ പകരം "കാറ്റടി ഇസ്പായി" ന്നെ വിളിക്കു ... അമ്മേടെ കോലം കണ്ട് ഇട്ട പേരാണ് "കാറ്റടി"

അത് പറയുമ്പോ ഇന്നും അമ്മയുടെ മുഖത്ത് ഒരു നാണച്ചിരി വിടരും . ഒപ്പം ഞങ്ങളെല്ലാരും ചിരിക്കും

അങ്ങനെയിരിക്കെ ഞാൻ നാലാം തരത്തിൽ പഠിക്കുമ്പോ ആ കൊല്ലത്തെ പഞ്ചായത്ത് ഇലക്ഷൻ വന്നു. എന്റെ വാർഡിൽ വനിതാസംവരണ സ്ഥാനാർത്ഥിത്വം ആവശ്യപ്പെട്ടു. ഒട്ടും പ്രതീക്ഷിക്കാതെ ആ സ്ഥാനം അമ്മയിലേക്ക് വന്ന് ചേർന്നു. പക്ഷെ ഒരു പാർട്ടി മീറ്റിങ്ങുകൾക്കും സജീവമല്ലാത്ത , വീട്ട് നികുതിയടക്കാനോ മറ്റാവശ്യങ്ങൾക്കോ മാത്രം പഞ്ചായത്തിൽ പോകുന്ന അമ്മയ്ക്കും അപ്പച്ചനും അത് എത്രത്തോളം ഉൾക്കൊള്ളാൻ കഴിഞ്ഞുകാണണം എന്നറിയില്ല. ഞാനും ചേച്ചിയും ഒന്നും മനസ്സിലകാതെ അന്തം വിട്ട് നിന്നു. പലതവണ കഴിയില്ലെന്ന് പറഞ്ഞ് ഒഴിഞ്ഞ് മാറിയെങ്കിലും പിന്നീട് വീട്ടുകാരുടെയും അപ്പച്ചന്റെയും പൂർണ്ണ സമ്മതത്തോടെ അമ്മ സമ്മതിച്ചു.

പിന്നീടങ്ങോട്ട് ഇലക്ഷൻ പ്രചരണവും വീട്ടിൽ എപ്പോഴും ആളുകളും . ഒന്നും മനസ്സിലാകില്ലെങ്കിലും ഞാനും ചെന്ന് നിൽക്കും . ഇലക്ഷൻ റിസൾട്ട് വന്നപ്പോൾ വളരെ വലിയ ഭൂരിപക്ഷത്തോടെ അമ്മ വിജയിച്ചു. പിന്നീടങ്ങോട്ടുള്ള നാളുകളായിരുന്നു മൾട്ടിപ്പ്ൾ പേഴ്സണാലിറ്റിയുടെ തുടക്ക ലക്ഷണങ്ങൾ ഞാൻ ശ്രദ്ധിച്ച് തുടങ്ങിയത്.

പഞ്ചായത്തിനെ പറ്റിയോ പഞ്ചായത്ത് രാജിനെ പറ്റിയോ ഒരു പഞ്ചായത്ത് മെമ്പറിന്റെ പ്രവർത്തനങ്ങളെ പറ്റിയോ ഒട്ടും അറിവില്ലാതിരുന്ന അമ്മ നിയമാവലികളും പ്രവർത്തന ശൈലികളും വിവിധ പുസ്തകങ്ങളിൽ നിന്നും അറിവുള്ളവരിൽ നിന്നും പഠിച്ചെടുത്തു. പിന്നീടുള്ള അഞ്ച് വർഷം ഉറക്കം പോലും നഷ്ടപ്പെട്ട നാളുകളായിരുന്നു അമ്മയ്ക്ക് .

രാവിലെ എഴുന്നേൽക്കും ചോറും കറിയും വെക്കും മുറ്റം അടിച്ച് വാരും .അതിനിടയിൽ രാവിലെ ഏഴ് മണി മുതൽ നിവേദനങ്ങളും

സംശയങ്ങളുമായി വീട്ടിലോട്ട് വരുന്ന വാർഡിലെ ആളുകളെ എല്ലാം പറഞ്ഞ് കൊടുത്ത് തൃപ്തരാക്കി അയക്കും , അപ്പച്ചനുള്ള ചോറും എനിക്കുള്ള ചോറും ചേച്ചിക്കുള്ള ചോറും ആക്കി വെച്ച് പത്ത് മണിയാവുമ്പോഴേക്കും പഞ്ചായത്തിലേക്ക് ഇറങ്ങും . അവിടെയുള്ള പരിപാടികൾ കഴിച്ച് ആറ് മണിയാവുമ്പോ വീട്ടിലേക്ക് ഇറങ്ങും, പാർട്ടി മീറ്റുങ്ങുകളോ മറ്റോ ഉണ്ടെങ്കിൽ പിന്നെയും വൈകും. വീട്ടിൽ വന്ന് ചായ വെക്കും അലക്കാനുള്ളത് അലക്കും പിന്നെ വരുന്ന ഫോൺ കോളുകൾ .

ഒരിക്കൽ കാറ്റും മഴയും ആർത്തുല്ലസിച്ച ഒരു രാത്രി പുലർച്ചെ മൂന്ന് മണിയായിക്കാണും . വീടിന്റെ കതകിൽ രണ്ട് തട്ട് ; വാർഡിലെ ഒരാൾടെ വീട് മഴയത്ത് ഇടിഞ്ഞ് വീണു, അവടം വരെ ഒന്ന് ചെല്ലണം. എനിക്കും ചേച്ചിക്കും അമ്മായിയെ വിളിച്ച് കൂട്ടിരുത്തീട്ട് അമ്മയും അപ്പച്ചനും കൂടെ അങ്ങോട്ട് പോയി.

പതിയെ പതിയെ സ്ത്രീ സംവരണം എന്നാൽ എന്താണെന്ന് ഞാൻ മനസ്സിലാക്കാൻ തുടങ്ങി. സ്ത്രീ പുരുഷ ബേധമന്യേ ഏത് പ്രവർത്തിയിലും മികവ് പുലർത്തുന്നതാണ് സ്ത്രീസംവരണത്തിന്റെ യഥാർത്ഥ ലക്ഷ്യം എന്ന് അമ്മയാണ് എന്നെ പഠിപ്പിച്ചത്.

ഇതിനൊപ്പം ഞങ്ങളുടെ പഠന കാര്യങ്ങളിലും അമ്മയാൽ കഴിയും വിധം അമ്മ ശ്രദ്ധ കേന്ദ്രീകരിച്ചിരുന്നു. പിന്നെ പിന്നെ വീട്ട് ജോലികളെല്ലാം ഞങ്ങളെ കൊണ്ടാകും വിധം ഞങ്ങൾ തീർക്കാൻ നോക്കും അവിടെ ചേച്ചിയും അവളുടെ കഴിവ് തെളിയിക്കും.

ആ അഞ്ച് ഭരണ വർഷം അമ്മ കാഴ്ച വെച്ച മികച്ച സേവനത്തിന്റെ ഭാഗമായിട്ടായിരിക്കാം ഇത്ര ഭരണ വർഷങ്ങൾ കഴിഞ്ഞിട്ടും ഇന്നും ഒരു പഞ്ചായത്ത് ഇലക്ഷൻ മുന്നിൽ കാണുമ്പോൾ ആളുകൾക്കിടയിൽ അമ്മയുടെ പേര് ഉച്ചരിക്കപ്പെടും . അതിൽ ഞാൻ എന്നും അഭിമാനിക്കുന്നു.

അതിന് ശേഷം വെറുതെയിരിക്കാൻ അമ്മക്ക് മടുപ്പ് തോന്നി . വരന്തരപ്പിള്ളിയിലെ വനിതാ സൊസൈറ്റിയിൽ ഡെയ്ലീ വെയ്ജ് എംപ്ലോയി ആയി അമ്മ ജോലിക്ക് കയറി. അതിനോടെപ്പം കുറച്ച് കാലം വീടിനടുത്തുള്ള കുട്ടിക്കൾക്ക് ട്യൂഷൻ എടുത്തു. ഏതാനും വർഷങ്ങൾക്കിപ്പുറം അതേ സൊസൈറ്റിയുടെ പ്രെസിഡന്റ് എന്ന വലിയ പദവിയിലേക്ക് അമ്മ നടന്ന് കയറി.

ഉത്തരവാദിത്വങ്ങൾ കൂടുമ്പോഴും അമ്മ ഒരിക്കലും പിൻതിരിഞ്ഞോടാൻ തയ്യാറായിരുന്നില്ല. കൂടുതൽ അറിവുകൾ ആർജിച്ച് അതിലേക്ക് ഇറങ്ങിതിരിക്കുന്നതേ ഞാൻ കണ്ടിട്ടുള്ളൂ..

എനിക്കറിയുന്ന എന്റെ അമ്മ അത്ര ധൈര്യശാലിയല്ല ,പലപ്പോഴും തളർന്നിരിക്കുന്നത് കണ്ടിട്ടുണ്ട്, കൊച്ചു കാര്യങ്ങൾക്ക് പോലും ഒരുപാട് ടെൻഷൻ അടിക്കുന്ന ആളാണ്. പക്ഷെ അതേ അമ്മയുടെ ഉള്ളിൽ എന്തിനോടും മല്ലടിക്കുന്ന, എന്തിനേയും പക്വതയോടെ നേരിടുന്ന, ഒരുപാട് അറിവുകളുള്ള, പുതിയ അറിവുകൾ അന്വേഷിച്ച് കണ്ടെത്തുന്ന ,നയിക്കാൻ കഴിവുള്ള, പത്ത് കൈകളുള്ള ഒരു സ്ത്രീയുണ്ട് .അതാണ് അമ്മയിൽ ഞാൻ തിരിച്ചറിഞ്ഞ മൾട്ടിപ്പ്ൾ പേഴ്സ്ണാലിറ്റി .

എന്റെ അമ്മയേക്കാൾ ഞാൻ ഇഷ്ടപ്പെടുന്നത് അമ്മയിലെ അപരയെ ആണ് . ഇതൊന്നും അമ്മ ആഗ്രഹിച്ച് കണ്ടെത്തിയതല്ല. ഇത്രയും പഠിച്ച അമ്മയ്ക്ക് ഒരു നല്ല ജോലി നോക്കിക്കൂടെ എന്ന് ഞാൻ ഇടയ്ക്കിടെ ചിന്തിച്ചിട്ടുണ്ട്. സാഹചര്യമോ എന്തോ അന്നതെല്ലാം തടഞ്ഞ് നിർത്തി. ജീവിതത്തിന്റെ കൃത്യമായ ഇടവേളയിൽ അമ്മയിലേക്ക് തിരികെ എത്തിച്ചേർന്നു അമ്മ അത് സ്വീകരിച്ചു.

അമ്മ പല കാര്യങ്ങളിലും ഇന്നും എന്നെ പിൻതിരിപ്പിക്കാൻ ശ്രമിക്കും. ഒരു മകനോടുള്ള വാത്സല്യത്തിന്റെ പേടിയും ടെൻഷനും ആ മുഖത്ത് എനിക്ക് കാണാൻ കഴിയും. അതേ സമയം അമ്മയിലെ വണ്ടർ വുമൺ അന്നും ഇന്നും എന്നോട് പറയാതെ പറയുന്ന ഒന്നേയുള്ളൂ : നമ്മൾ ശ്രമിക്കുക ശ്രമിച്ച് കൊണ്ടേയിരിക്കുക ഒരിക്കൽ ജീവിതത്തിന്റെ കൃത്യമായ ഇടവേളയിൽ ആ ശ്രമം വിജയം കാണും .ആ വിജയത്തെ നല്ലരീതിൽ ആസ്വദിച്ചാൽ മാത്രം മതി. അല്ലാത്ത പക്ഷം ആ ശ്രമം നിന്നെ പുതിയ ഒരുപാട് അറിവുകൾ പഠിപ്പിക്കും അടുത്ത ഇടവേളയിലേക്ക് കൂട്ടികൊണ്ട് പോകും.

അതായിരുന്നു എന്റെ അമ്മയിലെ എനിക്ക് ഒരുപാട് ഇഷ്ടമുള്ള മൾട്ടിപ്പിൾ പേഴ്സ്ണാലിറ്റി ഡിസോഡർ .

10

അതിജീവനം

എല്ലാവരിലും ശക്തിക്ഷയത്തിന്റെ ഒരു കാലഘട്ടമുണ്ടാകും എന്ന് കേട്ടിട്ടുണ്ട്. എന്റെ ആരംഭമായിരുന്നു അത്. നാലാം തരത്തിൽ നിന്നും അഞ്ചാം തരത്തിലേക്കുള്ള കുടിയേറ്റം.

എന്റെ ദേശമായ പള്ളിക്കുന്നിൽ ഒരു അച്ചിൽ വാർത്തെടുത്ത രണ്ട് വിദ്യാലയങ്ങളാണ് തൊട്ടടുത്ത കെട്ടിടങ്ങളായി നിലകൊണ്ടിരുന്നത്. എല്ലാവരിലേക്കും കൈവിരിച്ച് നിൽക്കുന്ന മാതാവിന്റെ രൂപം ഏറ്റവും മുകളിൽ കുടികൊള്ളുന്ന സി.ജെ എം അസംപ്ഷൻ ഹയ്യർ സെക്കന്ററിയും . തൊട്ടടുത്തായി നിൽക്കുന്ന കൊച്ചനുജൻ; ഞാൻ പൂർത്തിയാക്കിയ എൽ പി സ്ക്കൂളും. സ്ഥലത്തിനോ ചുറ്റുവട്ടത്തിനോ കാണുന്ന കാഴ്ചകൾക്കോ മാറ്റങ്ങളൊന്നും ഉണ്ടായിരുന്നില്ല. എൽ.പിയേക്കാൾ ഒരു നില കൂടുതലേ ഉണ്ടായുള്ളൂ. പക്ഷെ അവിടം ഒരു ചതുപ്പായി മാറിയത് വളരെ പെട്ടന്നായിരുന്നു.

അക്കാലത്താണ് അഞ്ചാം തരത്തിൽ ഗവൺമെന്റ് അംഗീകൃത ഇംഗ്ലീഷ് മീഡിയം നിലവിൽ വന്നത്.

അമ്മയ്ക്കും ചേച്ചിയ്ക്കും ഒരേ നിർബന്ധമായിരുന്നു. ഞാൻ ഇംഗ്ലീഷ് മീഡിയത്തിൽ ചേരണം എന്നത്. ഭാവിയിൽ നിനക്കത് ഗുണം ചെയ്യും എന്ന് എന്നേക്കാൾ അഞ്ചാറോണം കൂടുതൽ ഉണ്ട ചേച്ചി പറഞ്ഞപ്പോൾ ഞാനത് വിശ്വസിച്ചു. സംഗതി എന്താണെന്ന് പൂർണമായും മനസ്സിലാക്കാതെ ഞാൻ സമ്മതം മൂളി. എന്റെ അമ്മയും അജിയുടെ അമ്മയും മുൻപേ നടത്തിയ ഗൂഡാലോചനയുടെ ഭാഗമായി അങ്ങനെ ഞങ്ങൾ രണ്ട് പേരും അഞ്ചാം തരത്തിൽ ഇംഗ്ലീഷ് മീഡിയത്തിൽ ചേർന്നു.

പിന്നീടുള്ള ചോദ്യം സെക്കന്റ് ലാങ്ക്വേജായി മലയാളം വേണോ സംസ്കൃതം വേണോ എന്നതായിരുന്നു.

അതിനായി സ്റ്റാഫ് റൂമിൽ രണ്ട് വിഷയത്തിന്റേയും അദ്ധ്യാപകർ ഒരു കൗൺസിലിംങ് എന്ന പോലെ ഓരോ കുട്ടിയെ ആയി വിളിച്ച് കാര്യങ്ങൾ വ്യക്തമാക്കുന്നുണ്ട്..

ഞാൻ ആദ്യം ചെന്നത് മലയാളം ടീച്ചറുടെ അടുത്താണ് പക്ഷെ എന്തോ എന്റെ കോലം കണ്ടിട്ടോ, മലയാളത്തിൽ കുട്ടികൾ കൂടുതലായിരുന്നത് കൊണ്ടോ ആ ടീച്ചർ എന്നെ സംസ്കൃതം ടീച്ചറുടെ അടുത്തേക്ക് വിട്ടു. മലയാളത്തെ മനസ്സിൽ താലോലിക്കുന്ന എന്നെ സംസ്കൃതത്തിലേക്ക് തള്ളിവിട്ടത് എനിക്ക് സഹിക്കുവാൻ കഴിഞ്ഞില്ല.

പൂർണമായും എന്താണെന്നറിയാത്ത ഇംഗ്ലീഷ് മീഡിയത്തിൽ കൊണ്ട് ചേർത്തിയതിന്റെ ആശങ്കയും സങ്കടവും ഉള്ളിൽ നിൽക്കുന്നു. ഇപ്പൊ ഇതാ ആകെയുള്ള മലയാളവും എനിക്ക് നിഷേധിക്കുന്നു.

" ഇല്ല ഇത് ഞാൻ അനുവധിക്കില്ല.."

അന്നാദ്യമായി സ്റ്റാഫ് റൂമിൽ എല്ലാ ടീച്ചേഴ്സും കേൾക്കെ എന്റെ സ്വരം ഉയർന്ന് കേട്ടു.

സംസ്കൃതം ടീച്ചർ എന്നെ ചേർക്കുവാനായി ആവുന്നത്ര പരിശ്രമിക്കുകയായിരുന്നു. ഒന്നിനു പുറകെ ഒന്നായി വരുന്ന ടീച്ചറുടെ ഞ്ചായീകരണങ്ങൾക്ക് ബദലായി ശബ്ദം കടുപ്പിച്ച് ഞാൻ ഓളിയിട്ടു

: എനിക്ക് എന്റെ മാതൃഭാഷയിൽ പഠിച്ചാൽ മതി..

ഒരു നിമിഷം സ്റ്റാഫ് റൂം മൊത്തം നിശബ്ദമായി .പിന്നെ എവിടെ നിന്നോ പൊട്ടിയ ഒരു ചിരി വള്ളി പകർന്ന് പകർന്ന് എല്ലാവരിലും പടർന്നു. അന്ന് ആ റൂമിൽ ചിരിക്കാതെ ആ ചിരികളെ മുഴുവൻ നേരിട്ടത് ഞാൻ ഒറ്റക്കായിരുന്നു.

പക്ഷെ എന്റെ ആ ദൃഢനിശ്ചയത്തിൽ സംസ്കൃതലോകം വാ പൂട്ടി കെട്ടി. ഞാൻ മലയാള ലോകത്തേക്ക് ദത്തെടുക്കപ്പെട്ടു.

അങ്ങനെ ക്ലാസ്സുകൾ തുടങ്ങി. ബ്രൗൺ പേപ്പറിൽ ചട്ടയിട്ട് അച്ചടി വാസന വിട്ടുമാറാത്ത പുസ്തകങ്ങളുമായി ഞാൻ ആദ്യമായി ക്ലാസ്സിലെത്തി. പക്ഷെ അവിടെ വച്ച് ഞങ്ങൾ തിരിച്ചറിഞ്ഞു. ഇംഗ്ലീഷ് മീഡിയമെന്ന വിപ്ലവത്തിൽ എനിക്കും അജിക്കും നഷ്ടമായത് അത് വരെ കൊണ്ട് നടന്ന വലിയാരു സൗഹൃദ വലയമായിരുന്നു. എല്ലാവരും

പല വഴിക്ക് പിരിഞ്ഞു.

കുറേ പേർ മലയാളം മീഡിയത്തിൽ അഭയം കണ്ടെത്തി. മറ്റ് ചിലർ സ്ക്കൂൾ മാറി. എന്റെ ക്ലാസിൽ ഞാനും അജിയും പിന്നെ വിരലിൽ എണ്ണാവുന്ന പരിചിത മുഖങ്ങളും മാത്രം. ബാക്കിയെല്ലാം പുതിയ മുഖങ്ങൾ പുതിയ പേരുകൾ പുതിയ ശൈലികൾ ..

ക്ലാസ്സുകൾ തുടങ്ങി എന്നെത്തേയും പോലെ നന്നായി പഠിക്കണം, ഡെയിലി പഠിക്കണം എന്ന മഹത്വരമായ സ്വപ്ന ഗോപുരം ഞാനും പടുത്തുയർത്തി .പക്ഷെ ഒരാഴ്ച തികച്ചും വേണ്ടി വന്നില്ല അത് പൊളിഞ്ഞ് ചതുപ്പിലേക്ക് താഴാൻ .

ക്ലാസ്സ് ടീച്ചറായി ഇംഗ്ലീഷ് ടീച്ചർ കാർക്കശ്യക്കാരിയായ ഷെർബിൻ ടീച്ചർ ക്ലാസ്സിലേക്ക് വന്നു. തുടക്കത്തിൽ എല്ലാവർക്കും മനസ്സിലാകുവാൻ പൊട്ടും പൊടിയും കലർത്തിയ ഇംഗീഷ് ആയിരുന്നു. പക്ഷെ പിന്നീട് പാഠങ്ങളും എഴുത്തും എല്ലാം ഇംഗ്ലീഷ് മാത്രമായി പരിണമിച്ചു. ടീച്ചർ പറയുന്നത് ടെസ്റ്റ് ബുക്കിൽ ആണോ ഹോം വർക്കാണോ എന്ന് പോലും മനസ്സിലാകത്തത്ര നിസ്സഹായവസ്ഥ . പറയുന്ന നോട്ടിനൊപ്പം കൈകൾ ചലിക്കുന്നില്ല . പല കോമൺ വേർഡ്സിനും സ്പെല്ലിംങ്ങ് അറിയുന്നില്ല. ടീച്ചറുടെ ക്ലാസ്സുകൾ എന്നും എന്നിക്കൊരു കോലാഹലമായിരുന്നു. മലയാളം ഒഴികെ മാക്സും സയൻസും സോഷ്യലും എല്ലാം ഇംഗ്ലീഷിൽ പഠിക്കേണ്ടി വരുന്നു എന്ന് തിരിച്ചറിഞ്ഞ സമയം മുതൽ ഇനി മുന്നോട്ടുള്ള ചളിക്കുണ്ടുകൾ ഞാൻ കണക്ക് കൂട്ടുവാൻ തുടങ്ങി.

പിന്നീട് ഹോം വർക്ക് തെറ്റി പോകുന്നതിനും നോട്ട്സ് വ്യക്തമായി എഴുതാത്തതിനും എല്ലാം എന്റെ നോട്ട് ബുക്ക് കാറ്റിൽ പറന്നുകളിച്ചു. സോഷ്യലിൽ തലേന്ന് എടുത്തത് പിറ്റേന്ന് വന്ന് ചോദ്യം ചോദിച്ചതിന് ശേഷം മാത്രം ക്ലാസ്സ് തുടങ്ങുന്ന സിമി ടീച്ചറുടെ അടി ഒരു പതിവായി . ആഴ്ചകളിൽ നടത്തുന്ന ക്ലാസ്സ് ടെസ്റ്റുകളിലെ ഇംഗ്ലീഷ് അക്ഷരങ്ങൾ എന്നെ നോക്കി പല്ലിളിക്കുന്നതായി എനിക്ക് തോന്നി. ക്ലാസ് ടെസ്റ്റുകളിലെ മാർക്കുകളിൽ അഞ്ചിന്റെയും മൂന്നിനെയും സാനിദ്ധ്യം പതിവായി .

പിന്നീട് ഓരോ ആഴ്ചയിലും ക്ലാസ്സിൽ നടത്തുന്ന പരീക്ഷാ മാർക്കിന്റെ ക്രമത്തിൽ ബെഞ്ചിൽ ഇരിക്കുന്ന സംബ്രദായം നിലവിൽ വന്നു. വളരെ വേഗത്തിൽ ഞാൻ പിൻ ബെഞ്ചിലേക്ക് തള്ളപ്പെട്ടു. തൊട്ടു

മുന്നിൽ അജിയും ഉണ്ടാകും. അത് പിന്നീട് ഒരു സ്ഥിരം കാഴ്ചയായി .

ആ കൊല്ലം നടന്ന അരക്കൊല്ല പരീക്ഷയിൽ ഇംഗ്ലീഷിലുള്ള ചോദ്യപ്പേപറിൽ ഒന്നും തന്നെ മനസ്സിലാകാതെ ഞാനും അജിയും പരസ്പരം നോക്കി ഇരുന്നു . നിസ്സഹായമായ രണ്ട് മുഖങ്ങൾ :

പിന്നീട് ആ കൊല്ലം നടന്ന പരീക്ഷകളിലെല്ലാം അറിയാതെയെങ്കിലും എന്റെ കണ്ണിൽ തടം കെട്ടുന്ന നിസ്സഹായതയുടെ കണ്ണീർത്തുള്ളികൾ ഒരു സ്ഥിരം കാഴ്ചയായി . ആ കൊല്ലത്തെ അരക്കൊല്ല പരീക്ഷയിൽ ജീവിതത്തിൽ ആദ്യമായി ഒരു വിഷയത്തിൽ ഞാൻ തോറ്റു.

മനസ്സിലെ സങ്കടങ്ങൾ കൂടി കൂടി വന്നു... വലിയ പ്രതീക്ഷയോടെ ഇംഗ്ലീഷ് മീഡിയത്തിൽ ചേർത്തിയ അമ്മയ്ക്കും പിന്നീട് ഞാനൊന്നു ജയിച്ച് കണ്ടാൽ മതി എന്നായി..

എന്റെ കൊച്ചു കൊച്ചു വിഷമങ്ങൾ അജിയോടും അജി എന്നോടും പങ്ക് വച്ചു .അത്രയും നാളായിട്ടും നല്ലൊരു പുതിയ സൗഹൃദം പോലും ആ കാസ്സിൽ നിന്നും കെട്ടിപ്പടുക്കാൻ അപ്പോൾ എനിക്കായിരുന്നില്ല.

പണ്ട് ഇരുപതും മുപ്പതും മിനിറ്റുകൾ നീളുന്ന ഇന്റർവെല്ലുകളിൽ നിന്നും ഇവിടെ അഞ്ചും പത്തും മിനിറ്റുകൾ മാത്രം വരുന്ന ഇന്റർവെല്ലുകളിൽ , പുറത്ത് എല്ലാം മറന്ന് ഓടിക്കളിക്കുന്ന കുട്ടികളെ നോക്കി വരാന്തയിലെ ഇരുമ്പഴികളിൽ ഇരമ്പി കൊണ്ട് ഞാൻ ചിന്തിക്കും.

നാലാം തരം വരെ സ്കൂളും ക്ലാസ്സും കലാപരിപാടികളും സൗഹൃദങ്ങളും എല്ലാം കൈവെള്ളയിൽ അമ്മാനമാടിയിരുന്ന ഒരു ഞാൻ ഉണ്ടായിരുന്നില്ലേ!! അത് സ്വപ്നമായിരുന്നോ?

ആ ഞാനിണോ ഇത്??

ഇവിടെ എനിക്കനുകൂലമായി ഒന്നുമില്ലല്ലോ ..

ചിന്തകളുടെ കനം കൂടി വരുമ്പോഴേകും ഇന്റർവെൽ കഴിഞ്ഞിരിക്കും.

എന്നിലെ വ്യക്തിത്വം പതിയെ പതിയെ അപകർഷതയുടെ ചെളിക്കുണ്ടുകളിലേക്ക് കാൽവച്ച് തുടങ്ങുകയായിരുന്നു. അവിടെ പുതിതായി ഒന്നും പഠിക്കാനോ അറിയാനോ ഞാൻ ശ്രമിക്കാതെയായി. ഓരോ അടിയിൽ നിന്നും കടന്ന് കിട്ടുക ഓരോ ചീത്തവിളിയെയും മറികടക്കുക എന്നതായി ജീവിത ലക്ഷ്യം തന്നെ.

ആയിടെയാണ് വോളിബോൾ ബാസ്കറ്റ് ബോൾ സെലക്ഷനായി ഒരു അവറിൽ ബിജുസാർ വന്ന് താത്പര്യമുള്ളവരെ വിളിച്ചത്. അന്ന് ബിജു സാർ ആയിരുന്നു ഫിസിക്കൽ എഡുക്കേഷൻ ട്രെയിനർ . ഞാൻ മനസ്സിൽ ഓർക്കുന്ന കടപ്പാടുള്ള അദ്ധ്യാപകരുടെ ലിസ്റ്റിലെ മറ്റൊരു മുഖമായിരുന്നു അത്.

ബാസ്ക്കറ്റ് ബോൾ ജൂനിയർ ടീം സെലക്ഷനായി ഞാൻ ചെന്ന് നിന്നു. പക്ഷെ എന്നേക്കാൾ ഉയരം കൂടിയവർ സെലക്ഷന് വന്നിരുന്നത് കൊണ്ട് ആദ്യക്കാഴ്ചയിൽ തന്നെ എന്നെ ഒഴിവാക്കി. ഉയരം കുറവാണ് എന്നതായിരുന്നു കാരണം .

അങ്ങനെ അവിടെയും തഴയപ്പെട്ടു.

ഇങ്ങനെപ്പോയൽ അക്കൊല്ലം ചിലപ്പോ അഞ്ചിൽ തന്നെ ഇരുന്ന് പോകും എന്ന് എനിക്കും അജിക്കും ഞങ്ങൾ രണ്ട് പേരുടെ വീട്ട്കാർക്കും ഒരുപോലെ മനസ്സിലായി. അങ്ങനെ പഠനമികവ് ഉയർത്താൻ എന്ന പേരിൽ സ്കൂളിന് പിന്നിൽ വാസന്തിടീച്ചറും പുഷ്പാകരൻ മാഷും നടത്തി വന്ന അക്ഷര ട്യൂഷൻ സെന്ററിൽ ഞങ്ങൾ കയറിക്കൂടി .

എന്തിനെന്നോ എങ്ങോട്ടെന്നോ അറിയാതെ ദിശയറിയാതെ ദിക്കറിയാതെ നിന്ന എനിക്ക് ആ മരുഭൂമിയിൽ എന്നെ തൊട്ടു തലോടുന്ന കുളിർ കാറ്റായി മാറുകയായിരുന്നു ആ ട്യൂഷൻ സെന്റർ. വാസന്തിടീച്ചറെ ഞങ്ങൾക്ക് മുൻപേ അറിയാമായിരുന്നു . എന്റേയും അജിയുടേം വീട് കഴിഞ്ഞ് റപ്പായി ചേട്ടന്റെ പീടികയും കടന്ന് ഒരു വലിയ ആനക്കയറ്റം കയറി ഇറങ്ങിയാൽ ടീച്ചറുടെ വീടായി.

എന്നും അഞ്ചും ആറും കുട്ടികളുടെ അകമ്പടിയോടെ റോഡ് നിറയുന്ന കളിചിരികളും ബെല്ലടികളുമായി രാവിലേം വൈകീട്ടും ട്യൂഷൻ കഴിഞ്ഞ് വരുന്ന ടീച്ചറെ പലപ്പോഴും ഞങ്ങൾ കണ്ടിട്ടുണ്ട്. ടീച്ചർ എന്നതിനേക്കാൾ ഉപരി കാലങ്ങൾക്ക് മുന്നേ പരിചിതമായ മുഖങ്ങൾ എന്നൊരു പ്രത്യേക അടുപ്പം ടീച്ചക്ക് ഞങ്ങളോട് ഉണ്ടായിരുന്നു. ഒരു നല്ല സഹപാടിയെന്ന പോലായിരുന്നു ടീച്ചർ എല്ലാവരോടും . ക്ലാസ്സിലെ വിശേഷങ്ങൾ ചോയിക്കും വീട്ടിലെ വിശേഷങ്ങൾ ചോയിക്കും ടീച്ചറുടെ വിശേഷങ്ങൾ പങ്കുവെക്കും.

പക്ഷെ മാഷ് തിരിച്ചായിരുന്നു , അദ്ദേഹം കുറേ കൂടി നിശബ്ദത പാലിച്ചിരുന്നു . അടുത്തു പോയാൽ മുഖത്തണിഞ്ഞിരിക്കുന്ന

ഗൗരവഭാവം അഴിഞ്ഞ് വീണാലോ എന്ന ഭയത്തിൽ നടക്കുന്നത് പോലെ ഇടയ്ക്കെ തോന്നും. എങ്കിലും കൊച്ചു കൊച്ചു തമാശകളൊക്കെ അദ്ദേഹം പറയും . പിന്നീട് കുറേ നാളുകഴിഞ്ഞ് പതിയെ പതിയെ അദ്ദേഹത്തോടടുത്തപ്പോൾ മനസ്സിലായി വളരെ നിഷകളങ്കനായ, എല്ലാവരെയും ഒരുപോലെ കാണുന്ന ഒരു വലിയ മനസ്സിന് ഉടമയായിരുന്നു പുഷ്പാകരൻ മാഷ് .

അദ്ദേഹം കൈകാര്യം ചെയ്തിരുന്നത് പ്രധാനമായും ഹിന്ദിയായിരുന്നു. ഹിന്ദിയിൽ അദ്ദേഹം ഒരു പുലിയായിരുന്നു. ഇന്ന് ഞാൻ കുറച്ചെങ്കിലും പറയുകയും എഴുതുകയും ചെയ്യുന്ന ഹിന്ദിക്ക് വേണ്ടി അന്ന് മാഷ് നടത്തിയ പ്രോത്സാഹനങ്ങൾ ചെറുതല്ല.

വളരെ എളുപ്പത്തിൽ ഞങ്ങൾക്കത് ഗുരുകുലമായി മാറി. ഒരു ഗുരുകുല വിദ്യാഭ്യസത്തിന്റെ മട്ടും മാതിരിയും എല്ലാ അർത്ഥത്തിലും അവിടെ ഉണ്ടായിരുന്നു.

ഒരു വലിയ വീടിന് പുറകിലെ തൊടിയിൽ പണ്ടെങ്ങോ പണിത രണ്ടു മുറികളുള്ള ഓടിട്ട ഒരു കൈയാല. ആ രണ്ട് മുറികൾ രണ്ട് ക്ലാസ്സ് മുറികളായി പരിണമിച്ചു. ഒന്നിൽ പകുതി ഭാഗവും വലിയൊരു നെല്ലപ്പത്തായം കൈക്കലാക്കിയിരുന്നു. പത്തായത്തിന് മുകളിരുന്നാണ് ഞങ്ങൾ ഹിന്ദി പഠിച്ചിരുന്നത്. കൈയാലക്ക് ചുറ്റും നിറഞ്ഞ് നിൽക്കുന്ന മരങ്ങൾ .അതിൽ ലൂപിക്കയും ചാമ്പക്കയും ഇരുമ്പൻ പുളിയും മാവും എന്നും ഞങ്ങളുടെ കണ്ണോറു കൊണ്ടു കായ്ച്ച് കൊണ്ടിരുന്നു. കൈയാലയ്ക്ക് മുന്നിലായി സിമന്റിൽ കെട്ടി ഉയർത്തിയ തിണ്ണയുണ്ട്. ക്ലാസിലിരുന്നുള്ള പഠനം ബോറടിക്കുമ്പോ പതിയേ തിണ്ണയിലക്കും മരച്ചുവട്ടിലേക്കും മാറ്റും. അങ്ങനെ എല്ലാ ദിവസവും രണ്ട് മണിക്കൂർ നീണ്ടു നിൽക്കുന്ന ഗുരുകുല വിദ്യാഭ്യസം. അവിടെ നിന്നാണ് പുതിയ സൗഹൃദ കണ്ണികളെ വിളക്കി ചേർക്കുന്നത്.

ജെറിൻ ടിന്റോ സഞ്ചയ് .

ജെറിനും ടിന്റോയും ഒന്നാം തരം മുതലേ പരിചിതരായിരുന്നു. പക്ഷെ സഞ്ചയ് ഒരു പുതുയ മുഖമായിരുന്നു. കുറേ കഴിഞ്ഞ് എന്റെ നാമധേയത്തിൽ ഒരാൾ കൂടി അവിടെ വന്നു . മനസ്സിലെ സ്നേഹം മുഴുവൻ ശരീരത്തിൽ നിറച്ച ചുവന്ന കുറിതൊട്ട തടിയൻ .

പണത്തിന്റെയും മനോവിഷമത്തിന്റെയും പഠനത്തിന്റെയും തിങ്ങിഞ്ഞ രുങ്ങലുകൾക്കിടയിൽ ഞങ്ങൾ മറ്റൊരു ലോകം സൃഷ്ടിച്ചെടുത്തു.

ക്ലാസ്സ് വിട്ടാൽ നേരെ സൈമൺ ചേട്ടന്റെ കടയിൽ പോകും കീശയിൽ ചില്ലറയുള്ളവൻ പല്ലൊട്ടിയോ പച്ചക്കടലയോ പുളിയിഞ്ചിയോ മേടിക്കും. അത് കൊറിച്ച് കൊണ്ട് ട്യൂഷൻ ക്ലാസ്സിലേക്കുള്ള വഴിയിലൂടെ നടക്കും. ചില്ലറ ഇല്ല്യാത്ത ദിവസം സഞ്ജയ് നേരെ ബാർബിയിലേക്ക് ഓടും .അവന്റെ അമ്മ ജോലി ചെയ്യുന്ന തയ്യൽ കടയാണത്. അവിടെ നിന്നും ചില്ലറയൊപ്പിച്ച് കൊണ്ട് വരും.

മറ്റു ചിലർ തൊട്ടപ്പുറത്തെ ജോണേട്ടന്റെ ബേക്കറിയിൽ നിന്ന് പപ്പ്സും സ്വീറ്റ് പെറോട്ടയും ജ്യൂസും സിപ്പപ്പും ഒക്കെ കുടിക്കുമ്പോ ഒരു രൂപേടെ പച്ചക്കാലയിലും അമ്പത് പൈസേടെ പുളിയിഞ്ചിയിലും ഞങ്ങൾ സന്തോഷം കണ്ടെത്തി.

പിന്നെ പിന്നെ ക്ലാസ്സ് നേരത്തെ കഴിയുന്ന ദിവസങ്ങളിൽ ട്യൂഷൻ സെന്ററിന് മുന്നിലെ ആളൊഴിഞ്ഞ വഴിയിൽ ഡപ്പി കളിച്ചും , ക്രിക്കറ്റ് ബോളു കൊണ്ട് തന്നെ ക്രിക്കറ്റും ഫുട്ബോളും കളിച്ചും നേരം ചെലവഴിച്ചു. ഓണക്കാലമായാൽ പറമ്പിലെ പുല്ലിൽ വന്നിരിക്കുന്ന തുമ്പികളെ അനായാസം പിടിക്കുന്നതായി കളി . വീട്ടിൽ നിന്ന് മുളക് പൊടിയും ഉപ്പും കൊണ്ട് വന്ന് കൈയാലക്ക് പിന്നിലെ മാങ്ങയും ലൂവിക്കയും ചാമ്പക്കയും പൊട്ടിച്ച് ഉപ്പുകൂട്ടി തിന്നുന്നത് ഒരു പതിവായി .

അങ്ങനെ പറമ്പിന്റെയും കൈയാലയുടെയും കാർക്കശക്കാരനായ ഉടമസ്ഥനിൽ നിന്ന് ചീത്ത കേൾക്കുന്നതും ഒരു ശീലമായി.. ട്യൂഷൻ ക്ലാസ്സിലെ പെൺപ്പിള്ളാരെ കമന്റടിച്ചും അവരോടെപ്പം ഇറയത്തിരുന്ന് കല്ലുകളിയിൽ മത്സരിച്ചും . മിഠായി മേടിച്ചു കൊടുത്ത് നോട്ടെഴുതിപ്പിച്ചും . മൂന്ന് വർഷം കടന്ന് പോയി. ക്ലാസ്സിലെ അടിയും പരീക്ഷകളും ഇംപോസിഷനും കാറ്റിൽ പറക്കുന്ന നോട്ട് ബുക്കുകളും എല്ലാം പൊങ്ങിയും താഴ്ന്നും അതിജീവനത്തിന്റെ തിരമാലകളായി എന്നിലേക്കാഞ്ഞടിച്ച് കൊണ്ടിരുന്നു. അവയെ ശമിപ്പിക്കാനെന്ന വണ്ണം ട്യൂഷൻ ക്ലാസ്സിലെ കളിചിരികൾ ഉച്ചത്തിൽ സ്കൂൾ ഭിത്തിക്കളുടെ പിന്നാമ്പുറത്ത് മുഴങ്ങികേട്ടു കൊണ്ടിരുന്നു.

ആ മൂന്ന് വർഷത്തിലും മനസ്സിനെ മാതൃസ്നേഹത്തിൽ തലോടിയിരുന്ന ഒരേ ഒരു വിഷയം ഞാൻ വാശിയോടെ തിരഞ്ഞെടുത്ത മലയാളം മാത്രമായിരുന്നു. മൂന്ന് വർഷവും മാറി വന്ന ഒരു മലയാളം അദ്ധ്യാപികയെയും ഞാൻ നിരാശപ്പെടുത്തിയിട്ടില്ല.

ഏഴിൽ നിന്ന് ജയിച്ച് കയറി എട്ടാം തരത്തിൽ എത്തി മുന്നോട്ട് നോക്കുമ്പോ ദിക്കോ ദിശയോ ഒന്നും തന്നെ അപ്പോഴും കാണാൻ ഇല്ലായിരുന്നു. സ്കൂൾ ജീവിതത്തിലെ പലതും അപകർഷതയുടെ ചെളിക്കുണ്ടിൽ വീണ് കിടന്ന എനിക്ക് നഷ്ടപ്പെട്ടു പോയിരുന്നു. പക്ഷെ തിരിഞ്ഞു നോക്കിയപ്പോ ഒരു കാര്യം എനിക്ക് വ്യക്തമായിരുന്നു.

അഞ്ചിൽ വന്ന് നിന്ന ഞാനല്ല അത് . ഇന്ന് മൂന്ന് വർഷത്തെ അതിജീവനത്തിന് ശേഷം എട്ടാം തരത്തിൽ ഒരു പേരഗ്രാഫ് വായിക്കുമ്പോ അതിലെ വരികൾക്കൊപ്പം എന്റെ മനസ്സും സഞ്ചരിക്കുന്നുണ്ട് .ആ വരികളെ മലയാളത്തിൽ എനിക്ക് മനസ്സിലാക്കി തരുന്നുണ്ട്. ഇന്ന് ചോദ്യ പേപ്പർ വായുക്കുമ്പോ ഉത്തരം അറിയില്ലെങ്കിൽ പോലും ചോദ്യം മനസ്സിലാകാതെ എന്റെ കണ്ണ് നിറയുന്നില്ല. മനസ്സും ശരീരവും മറ്റെന്തിലേക്കോ പാകപ്പെട്ട് തുടങ്ങിയിരിക്കുന്നു. ഉള്ളിലെ വിങ്ങുന്ന മുഖത്തെ മായ്ക്കുവാനായി ഞാൻ പോലുമറിയാതെ എന്റെ മൂക്കിൻ തുമ്പിൽ കോപം ജ്വലിച്ചു നിൽക്കുന്നു. പിൻബഞ്ചിലെ നിശബ്ദനായ ഒരു പ്രാകൃത രൂപം ആതായിരുന്നു എട്ടാം തരത്തിന്റെ തുടക്കത്തിൽ ഞാൻ ..

ഇന്ന് ചിന്തിക്കുമ്പോ ഇക്കണ്ട ചരിത്രവും കണക്കുകൂട്ടലും ഇംഗ്ലീഷും ഹിന്ദിയും സയൻസും എല്ലാം അതിജീവിച്ച് ഞാൻ നീന്തിക്കയറി വന്നത് പണ്ടെന്നോ ഞാൻ കൈവിട്ട് പോയി എന്ന് ചിന്തിച്ച എന്റെ ജീവിതത്തിലേക്കാണ്.

ഇപ്പോഴും അതിജീവനമാണ് .അത് ഇന്ന് ജീവിതത്തിന്റെ ഭാഗമാണ് , പക്ഷെ ഇന്ന് ഞാൻ കാണാത്ത തിരകളെ അതിജീവിക്കാൻ ശ്രമിക്കുന്നുണ്ടെങ്കിൽ അത് അന്ന് നീന്തിക്കയറിയ കൊച്ചു തിരമാലകളുടെ മെയ് വഴക്കം കൊണ്ടാണ്. ഇന്നും ദിക്കറിയില്ലാ ദിശയറിയില്ലാ സഞ്ചാരമാണ് പക്ഷെ ഈ സഞ്ചാരത്തിൽ എന്നെ മുന്നോട്ട് നയിക്കുന്നത് ഞാനറിയാതെ എന്റെ മനസ്സിൽ കയറി കൂടിയ ചരിത്രങ്ങളും കണക്ക് കൂട്ടലുകളും ആണ്.

ഇന്ന് പുറത്തുള്ളവരുമായി ഞാൻ ഇടപഴകുമ്പോ ,ജോലിക്ക് വേണ്ടി ഇന്റർവ്യൂകൾ കയറിയിറങ്ങുമ്പോ ,ജോലി ചെയ്യുമ്പോ ,ഉയർന്ന ആളുകളുമായി സംസാരിക്കുമ്പോഴെല്ലാം എന്നെ സഹായിക്കുന്നത് അന്നെന്റ കണ്ണുനനയിച്ച ,അന്നെന്നെ തോൽപ്പിച്ച അതേ ഇംഗ്ലീഷാണ്.

ജീവിതം എന്നും ഒരതിജീവനമാണ് അതിജീവിക്കുക എന്നത് നമ്മുടെ കർത്തവ്യമാണ് . ദിക്കോ ദിശയോ അറിയില്ലെങ്കിലും തിരമാലകളും കാറ്റും കോളും ഉണ്ടെങ്കിലും അതിനെ അനുഭവിക്കുക മറികടക്കുക. ശേഷം പിൻതിരിഞ്ഞ് നോക്കുമ്പോ അതൊരു പുതിയ അറിവായിരിക്കും . ഞാനും അതിജീവിച്ചു പക്ഷെ ഇടയിലെപ്പോഴോ അപകർഷതയുടെ വിത്തുകൾ എന്നിൽ മുള പൊട്ടി . ഇന്നിന്റെ സുഖങ്ങളെയും സന്തോഷങ്ങളേയും ഒത്തിരി നഷ്ടപ്പെടുത്തി. അത് സംഭവിക്കാതിരിക്കട്ടെ .

പുതിയ ലോകം പുതിയ മനുഷ്യർ പുതിയ ശൈലികൾ പുതിയ പാഠങ്ങൾ അങ്ങനെ അതിജീവനത്തിന്റെ നാളുകൾ തുടർന്ന് കൊണ്ടേയിരിക്കും .

11

കീഴ്പ്പോട്ട് ആശങ്ക

ഏഴാം തരത്തിലെ അരകൊല്ല പരീക്ഷകൾ നടന്ന് കൊണ്ടിരിക്കുന്ന സമയം .അന്നത്തെ പരീക്ഷ കണക്ക് ആയിരുന്നു. എന്നെ എന്നും ഭീതിയിലാഴ്ത്തുന്ന ആ വിഷയത്തെ ഒരു അംബരപ്പോടെയല്ലാതെ എനിക്ക് നേരിടാൻ കഴിഞ്ഞിട്ടില്ല. ചോദ്യപേപ്പർ കിട്ടി നിമിഷങ്ങൾക്കകം എന്റെ ഉള്ളിൽ നിന്നും ആ വിളി ഉയർന്നു.

"ദൈവമെ" ...

പരീക്ഷഹാളിലേക്ക് കടക്കും മുമ്പ് പള്ളിക്ക് മുന്നിലെ കപ്പേളയിൽ കൈ വെച്ച് പ്രാർത്ഥിച്ചിട്ടും നീ എന്നെ കൈവിട്ടല്ലോ! എന്ന വാചകം ആ ഒരൊറ്റ വിളിയിൽ ഒതുങ്ങിയിരുന്നു. എന്റെ പ്രാർത്ഥനയ്ക്ക് എപ്പോഴും ഒരു പ്രത്യേകയുണ്ടാവും. ഞാൻ പ്രാർത്ഥിക്കുമ്പോ ഇത്രയേ പറയാറുള്ളൂ .

"ദൈവമെ എന്റെ അവസ്ഥ അറിയാല്ലോ എന്നെ വെറുതെ ജയിപ്പിക്കണ്ടാ ഞാൻ പഠിച്ചത് മാത്രം ചോദ്യപ്പേപ്പറിൽ ഇട്ട് തന്നാ മതി ഞാൻ എഴുതിയെടുത്ത് ജയിച്ചോളാം.."

ഏത് ... ആറ് പാഠത്തീന് കൂടി ഞാൻ പഠിച്ച് വെച്ചേണ ഏഴ് കണക്ക് മാത്രം പരീക്ഷക്ക് വരണോന്ന് . അതും ഏറ്റോം എളുപ്പമുള്ളത്. നടക്കില്ലാന്നറിഞ്ഞിട്ടും ഫുൾ കോൺഫിടൻസില് അന്നും പ്രാർത്ഥിച്ചു.

ദൈവമേ എന്ന ദീർഘനിശ്വാസത്തിന് ശേഷം പിന്നേം ചോദ്യപ്പേപ്പറിൽ കണ്ണോടിച്ചു.. തുടങ്ങി വക്കാൻ പറ്റുന്ന ചോദ്യങ്ങൾ ഒന്ന് രണ്ടെണ്ണം ഉണ്ട് പക്ഷെ അവസാനിപ്പിക്കാൻ കഴിയില്ല.. ബാക്കിയൊന്നിനും ഞാനുമായി ഒരു ബന്ധവുമില്ലാ . സ്വന്തം വോട്ടർമാരെ എവിടെയോ കണ്ടു മറന്ന ഭാവത്തിൽ നിൽക്കുന്ന

സ്ഥാനാർത്ഥിയെ പോലെ ഞാനും അവരെ നോക്കി കൊണ്ട് നിന്നു.

സമയം പോയി കൊണ്ടിരിക്കുന്നു.

ഞാൻ എന്റെ പതിനെട്ടാമത്തെ അടവ് പുറത്തെടുക്കാൻ തീരുമാനിച്ചു. ഓരോ ചോദ്യവുമായി ബന്ധമുണ്ടെന്ന് തോന്നുന്ന കണാപ്പാടം പഠിച്ച് വച്ചിരിക്കുന്ന ഫോർമുലകൾവച്ച് തന്നിരിക്കുന്ന ചോദ്യത്തിലെ സംഖ്യകളെ

ഫോർമുലകളിലേക്കാവാഹിച്ച് കൊണ്ടൊരു പൂഴിക്കടകൻ . ഒന്നിനും ഒത്തരം ഉണ്ടാവില്ല പക്ഷെ വഴികളും , ഫോർമുലകളും കാണും .അങ്ങനെ ഓരോ ചോദ്യത്തിനും അരയും ഒന്നും വച്ച് കിട്ടുവാണേൽ മാനഹാനിയില്ലാതെ കഷ്ടിച്ച് കരപിടിക്കാം എന്നാണ് മനസ്സിൽ കണ്ടത്. പക്ഷെ അത് കൃത്യമായി നടപ്പിലാവണമെങ്കിൽ ചോദ്യപ്പേപ്പറിന്റെ അവസാനം എന്നെപോലെ ദൈവത്തെ മണിയടിച്ച് പരീക്ഷ ജയിക്കുന്നവർക്കായിട്ട് മൂപ്പര് അഞ്ചോ പത്തോ മാർക്കിന്റെ ഗ്രാഫോ ഡയഗ്രംസോ ഒക്കെ വരയ്ക്കാൻ ഒരു ചോദ്യം ഇട്ടിട്ടുണ്ടാവും.

എന്റെ മുന്നിലും ആ ചോദ്യങ്ങൾ പല്ലിളിച്ച് കൊണ്ട് നിൽപ്പുണ്ടായിരുന്നു.

ബാക്കി ചോദ്യങ്ങൾക്ക് എന്ത് ചെയ്യുമെന്ന് ചിന്തിച്ച് അര മുക്കാൽ മണിക്കൂറോളം കളഞ്ഞത് കൊണ്ട് കൂടുതൽ ഒന്നും ചിന്തിക്കാൻ നിന്നില്ല . ഒന്നാമത്തെ ചോദ്യം മുതൽക്കേ പൂഴിക്കടകൻ അങ്ങോട്ട് വാരി വിതറി.

ആ കാലത്ത് പരീക്ഷക്ക് ഒരു ബെഞ്ചിൽ മൂന്ന് പേര് എന്ന സമ്പ്രതായം മാറ്റി ഒരു ബെഞ്ചിൽ രണ്ട് പേര് മതി എന്ന വിചിത്ര സമ്പ്രദായം നിലവിൽ വന്നു.. ബെഞ്ചിന്റെ ഈ അറ്റത്ത് നിന്ന് കണ്ണെറിഞ്ഞ് നോക്കിയാലും മറ്റേ അറ്റത്തിരിക്കുന്നവന്റെ പ്പേപ്പറിലെ വെട്ടും കുത്തുമല്ലാതെ മറ്റൊന്നും കാണാൻ കഴിയുമായിരുന്നില്ല.

ആ സമയം ഞാൻ അപ്പനേം അമ്മേം ഒന്നോർക്കാറുണ്ട് . ഒന്നാമനാകാൻ വേണ്ടി അപ്പന്റേം അമ്മേടേം ചേച്ചീടേം പേരിന്റെ അക്ഷരങ്ങൾ വെച്ച് എ യിൽ തന്നെ തുടങ്ങുന്ന പേരിട്ടതാണ്. അത് കൊണ്ട് എല്ലാ ക്ലാസ്സിലും എല്ലാ പരീക്ഷയ്ക്കും ഒന്നാമത്തെ ബെഞ്ചിൽ തന്നെ ഞാൻ കാണും.. ഓരോ പരീക്ഷാ ഹാളിലും എന്റെ മുന്നിലൂടെ തേരാ പാരാ നടക്കുന്ന ടീച്ചർക്ക് എന്നെ പ്രത്യേകം നോക്കേണ്ടി

വന്നിട്ടില്ല.. പതിവ് പോലെ ആ കണക്ക് പരീക്ഷാ ദിവസവും വാച്ചിലെ സൂചി അതിവേഗത്തിൽ ചലിച്ചു.

അവസാന ചോദ്യങ്ങൾ മൊത്തമായി അറിയാമായിരുന്നത് കൊണ്ടും വൃത്തിക്ക് ചെയ്യണമെന്ന തെറ്റായ മിഥ്യാ ധാരണയിലും അവസാനത്തേക്ക് വച്ചു. പക്ഷെ പൂഴിക്കടകൻ വിതറുന്നതിനിടയിലെപ്പഴോ വാച്ചിലെ സൂചി ശ്രദ്ധിക്കാൻ മറന്ന് പോയി.. വാരിവിതറിയ മണൽ തരിക്കളിൽ സംശയം പൂണ്ട് പിന്നേയും കളഞ്ഞു സമയം. ഒടുവിൽ പൂഴിയെല്ലാം എറിഞ്ത്തീർത്ത് കൈ കുടഞ്ഞ് തന്നിരിക്കുന്ന ഡയഗ്രം വരക്കാൻ കോംബസ് എടുത്തതും ഒരു ബെല്ലടിച്ചു. ഒപ്പം പിന്നിലെ നിരയിൽ നിന്നും ഒരു ശബ്ദമുയർന്നു "ലാസ്റ്റ് 15 മിനിറ്റ്സ് റിമേയ്നിങ് .. ടൈ അപ്പ് യുവർ പേപ്പേഴ്സ്.

എന്റെ നെഞ്ച് പടപടാന്ന് ഇടിയ്ക്കാൻ തുടങ്ങി .കോംബസിൽ റൂൾ പെൻസിൽ ഫിറ്റ് ചെയ്യാൻ പോലും കഴിയാത്തൊരു വെപ്രാളം എവിടെ നിന്നോ വിരുന്നെത്തി. ചുറ്റുമുള്ളവരിൽ ഭൂരിഭാഗവും പേപ്പർ കെട്ടാൻ ആരംഭിച്ചിരിക്കുന്നു. അതെ എനിക്ക് വരയ്ക്കാൻ കഴിയുന്നില്ല. എന്തെന്നില്ലാത്ത ഒരു ഭയം മനസ്സിനേയും ശരീരത്തേയും പിടിച്ച് കുലുക്കാൻ തുടങ്ങി.

ജയിക്കുമെന്ന് കരുതിയ പരീക്ഷയാണ് താ ഇവിടെ ഇപ്പൊ തോൽക്കാൻ പോകുന്നു. കൈകൾ കിടുകിടുന്നനെ വിറക്കുന്നു . ശരീരം വിയർത്തൊഴുകാൻ തുടങ്ങി. എന്നിട്ടും എവിടെ നിന്നൊക്കെയോ ശക്തിയാർജിച്ച് ഞാൻ കോംമ്പസ് എടുത്ത് പേപ്പറിൽ കുത്തി .

വൃത്തം വരയ്ക്കാൻ തുടങ്ങിയതും ടീച്ചർ: "ലാസ്റ്റ് ഫൈവ് മിനിറ്റ്സ് .ടൈ അപ്പ് യുവർ പേപ്പേഴ്സ് ."

ഭയവും ടെൻഷനും വിറയും അതിന്റെ മൂർദ്ധന്യാവസ്ഥയിലെത്തി ക്കഴിഞ്ഞിരുന്നു. അതിന്റെ ഫലമായി താഴെ അങ്ങ് വയറിന്റെ അടിത്തട്ടിൽ നിന്നും ഒരു ശങ്ക .

പിടിച്ച് നിർത്താൻ കഴിയാത്ത വിധം അടിത്തട്ടിലെ ജലം അരുവിയായി പുറത്തോട്ടൊഴുകാൻ വെമ്പൽ കൂട്ടുന്നു. ഞാൻ ഇടതു കാലിൽ വലതുകാൽ കയറ്റ് വച്ച് അമർത്തി പിടിച്ച് ആ ശങ്കയെ തടയാൻ ശ്രമിച്ച് കൊണ്ടിരുന്നു. ഒപ്പം കൈകളെ ചലിപ്പിക്കുവാനും ശ്രമിച്ചു . അടിത്തട്ടിലെ നിലവിളികളും കൂടി വന്നൊരു സമയത്ത്

തൊട്ടടുത്ത് ഇരുന്നവനും പേപ്പർ കെട്ടി ടീച്ചറെ ഏൽപ്പിച്ചതോടെ എന്റെ എല്ലാ കടിഞ്ഞാണും പൊട്ടാൻ തുടങ്ങി. വിയർപ്പ് തുള്ളികൾ പൊടിയുന്നതിനേക്കാൾ വേഗത്തിൽ അടിത്തട്ടിലെ നീർച്ചാലുകളിൽ ഒരു രൂപപ്പെട്ട് വെള്ളം കിനിഞ്ഞ് തുടങ്ങി .എത്ര ശ്രമിച്ചിട്ടും പിടിച്ച് നിർത്താൻ കഴിയാത്ത സമ്മർദ്ദം . ഒടുവിൽ നീർച്ചാലൊരു പുഴയായി മാറുന്നതനു മുന്നേ എങ്ങനെയൊക്കെയോ പേപ്പർ കെട്ടി ആന വെലുപ്പത്തിൽ ഞാൻ അത് വരെ കാണാത്ത കൈഅക്ഷരത്തിൽ എന്റെ പേരുകൾ കോറിയിട്ടു. സമ്മർദ്ദം അതിന് പോലും സമ്മതിക്കുന്നില്ല . കിനിഞ്ഞിറങ്ങുന്ന തുള്ളികൾ പുഴയായി മാറും മുമ്പേ പേപ്പർ ടീച്ചറുടെ കൈകളിലേക്കെറിഞ്ഞ് കൊടുത്തിട്ട് ഞാനിറങ്ങിയോടി ടോയിലറ്റിലേക്ക് .

പുഴയെ നീർച്ചാലാക്കി ടോയിലറ്റിലെ കൊച്ചു സിമന്റ് തൊട്ടിലേക്കിറക്കി വിട്ടു.

സ്വന്തം നിഷ്oകളെ പോലും നിയന്ത്രിക്കാൻ കഴിയാത്ത വിധത്തിൽ ആ ക്ലാസ്സ് മുറിയിൽ എന്ത് ആത്മസംഘർഷമാണ് ഞാൻ നേരിട്ടതെന്ന് എത്ര ആലോചിച്ചിട്ടും എനിക്ക് പിടികിട്ടിയില്ല. ഒരുപക്ഷെ ജയിക്കുമെന്ന് കരുതിയ പരീക്ഷ പേപ്പറിലെ ആകെപ്പാടെ അറിയാമെന്ന് ഉറപ്പിച്ച ചോദ്യത്തിന് ഉത്തരമെഴുതാൻ കഴിയാതെ പോയതിനാലാവാം തോൽക്കുമെന്ന ഭയമാവാം, അതിനേക്കാൾ ഉപരി എന്റെ ചുറ്റുമുള്ള സാഹചര്യങ്ങളും മറ്റുള്ളവരുടെ വെപ്രാളവും സൃഷ്ടിച്ച സമ്മർദ്ദമാവാം..

എന്തായാലും സംഭവം കൈയ്യിന്ന് പോയെന്ന് ആ ടോയിലറ്റ് വാതിലിന് മുന്നിൽ വച്ച് ഞാൻ ഉറപ്പിച്ചു. പരീക്ഷാ തോൽക്കും ..

അവിടെ ആയത്തിൽ കറങ്ങികൊണ്ടിരുന്ന മാറാല പിടിച്ച എക്സോസ്റ്റ് ഫേനിന്റെ ഇരമ്പലും സിമന്റ് ചാലിൽ നിന്നുയരുന്ന മുഷ്ഷുക്ക് വാടയും എന്നെ പഴയൊരു നിലാപൊട്ടു വിരിഞ്ഞു നിന്ന ആകാശം കാട്ടിതന്നു ..

രണ്ടാംതരമാണ് കാലം. തറയിലിരുന്ന് ബെഞ്ചിൽ ബുക്ക് വെച്ച് പെൻസില് കൊണ്ട് എഴുതി തുടങ്ങിയിരുന്ന സമയം. ക്ലാസ്സ് തുടങ്ങിയിട്ട് രണ്ട് മാസം ആകുന്നതേ ഉണ്ടായിരുന്നുള്ളൂ..

ആയിടെ ക്ലാസ്സിലേക്ക് പുതുതായി ഒരു കുട്ടി വന്നു. സിൽജോ . അപ്പാപ്പന്റെ കൈയും പിടിച്ച് വല്ലാത്തരു ഭയത്തോടെയാണ് അവൻ

ആദ്യമായി ക്ലാസ്സിൽ വന്നത്. ദിവസങ്ങൾ കടന്ന് പോയിട്ടും ആ പേടി അവനെ വിട്ട് മാറിയിരുന്നില്ല. എല്ലാ ദിവസവും ആപ്പാപ്പൻ അവനെ കൊണ്ടു വിടാനും കൂട്ടികൊണ്ട് പോവാനും വരും .ഒരാഴ്ച്ച കടന്ന് പോയി. പിറ്റേ ആഴ്ച്ച ക്ലാസ്സിൽ ഒരു എഴുത്ത് പരീക്ഷ വച്ചിരുന്നു അതും കണക്ക് പരീക്ഷ . അത് വരെ എടുത്തത് മാത്രം വച്ചൊരു കൊച്ചു പരീക്ഷ .

അന്നൊന്നും കണക്കിനെ ഞാൻ അത്ര മാത്രം പേടിച്ചിരുന്നില്ല കാരണം കണക്കിന്റെ ആദ്യ പാഠങ്ങൾ എന്നെ പഠിപ്പിച്ചിരുന്നത് അമ്മയായിരുന്നു..

പരീക്ഷാ ദിവസം വന്നെത്തി. ലൈസിടീച്ചർ ക്ലാസ്സിലെത്തി ചോദ്യങ്ങൾ ഉരുവിട്ടു. എല്ലാവരും പേപ്പറും പെൻസിലും കെയിലെടുത്ത് എഴുത്ത് ആരംഭിച്ചു. അരമണിക്കൂറിൽ തീരുന്ന ചോദ്യങ്ങളെ ഉണ്ടായിരുന്നുള്ളൂ. എല്ലാവരും ആ സമയത്തിനുള്ളിൽ തന്നെ പരീക്ഷ തീർത്ത് പേപ്പർ ടീച്ചർക്ക് നൽകി. ഒരാൾ ഒഴികെ. സിൽജോ ..എല്ലാവരും പേപ്പർ തന്നില്ലേ എന്ന ടീച്ചറുടെ കർക്കശമായ ചേദ്യത്തിന് മുന്നിൽ അവനു പിടിച്ചു നിൽക്കാൻ കഴിഞ്ഞില്ല.

അവൻ ഇരുന്നിടത്ത് നിന്നും എഴുന്നേറ്റ് നിന്നു . ശങ്കകളെല്ലാം പൊട്ടിച്ചെറിഞ്ഞ് ജലതരംഗങ്ങൾ നീർച്ചാലുകളായി അവനുള്ളിൽ നിന്നും താഴോട്ടൊഴുകി. ഒന്നു പിടിച്ച് വെക്കാൻ പോലും കഴിയാത്ത വിധം കെട്ട് പൊട്ടിയ പട്ടം പോലെ അവന്നുള്ളില ഭയവും ആശങ്കയുമെല്ലാം ചോർന്നൊലിച്ചു. അടുത്തിരുന്നവർ ബേഗെടുത്ത് ഓടി മാറി. കണ്ടു നിന്നവർ എല്ലാം ചിരിച്ചു. ഉള്ളുകൊണ്ട് ഞാനും ചിരിച്ചു.

പക്ഷെ അവനെ സംബന്ധിച്ച് അന്ന് വരെ അവൻ ജീവിതത്തിൽ അനുഭവിച്ച കളിയാക്കലുകളിലും ഒറ്റപ്പെടുത്തലുകളിലും ഏറ്റവും വലുതായിരുന്നിരിക്കാം അത് . അവിടെ ആ മൂലയിൽ താഴേക്ക് നോക്കികൊണ്ട് അവൻ നിന്നു. ഒരു ചെറുചിരിയോടെ ടീച്ചർ അടുത്ത് ചെന്ന് അവനെ പുറത്തേക്ക് കൂട്ടികൊണ്ട് പോയി.

അന്ന് ആ ക്ലാസ്സിൽ അവൻ അനുഭവിച്ച ആത്മസംഘർഷവും ഇവിടെ വർഷങ്ങൾക്കിപ്പുറം ഞാൻ കടന്ന് പോയ നിമിഷങ്ങളും ഒന്നായിരുന്നിരിക്കണം. അന്ന് മനസ്സ് കൊണ്ടെങ്കിലും അവനെ കളിയാക്കിയതോർത്ത് ആ എക്സോസ്റ്റ് ഫാനിന്റെ ഇരമ്പലിനുള്ളിൽ

എന്റെ മനസ്സും ഒന്ന് പിടഞ്ഞു.

ജീവിതം പലപ്പോഴും ഇങ്ങനെയല്ലേ?

നമ്മിൽ പലരും ആദ്യമായി നേരിടുന്ന ഒരു സന്ദർഭത്തെ ജീവിതത്തിലെ ഏറ്റവും വലിയ പ്രശ്നമായി ഊതി വീർപ്പിച്ച് അനാവശ്യമായി സങ്കടപ്പെടുമ്പോ ഒന്ന് ചുറ്റിലും നോക്കിയാല് ഒരുപക്ഷെ നമുക്ക് മുന്നേ ആ വഴിയിലൂടെ കടന്ന് പോയവരും വിജയം വരിച്ചവരും, ചിലപ്പോ വീണ് പോയവരുമായി നൂറുകണക്കിന് മനുഷ്യരെ ചുറ്റിനും കാണാൻ കഴിയും. അവരെ മനസ്സിലാക്കിയാൽ അവരിലൂടെ സഞ്ചരിച്ചാൽ നമ്മുടെ മുന്നിലെ കൊച്ചു പ്രശ്നത്തെ നേരിടാനുള്ള നൂറ് കണക്കിന് വഴികൾ നമുക്ക് മുന്നിൽ തെളിയും..

പിന്നീടങ്ങോട്ട് മുന്നിലോട്ട് ചിന്തിക്കുമ്പോ ,

ഇത്തരം അത്മസംഘർഷങ്ങളും വീഴ്ച്ചകളും എല്ലാം തളർത്തിക്കളഞ്ഞ ഭയപ്പെട്ട് നിൽക്കുന്ന മനുഷ്യർക്ക് നേരെ പരിഹാസത്തിന്റെ മുത്തുകൾ പൊഴിക്കുന്നതിന് പകരം അവരുടെ വഴിയിലൂടെ ഒരു നിമിഷം നടക്കാൻ ശ്രമിച്ചാൽ ,അവരുടെ കഥയൊന്ന് കേൾക്കാൻ ഒരു ചെവി കൊടുത്താൽ ഒരു പക്ഷെ അതായിരിക്കും നമുക്ക് ചെയ്യാൻ കഴിയുന്ന മനുഷ്യത്വപരമായ സമീപനത്തിന്റെ ഏറ്റവും നല്ല രൂപം.

12

ഇത്തിൾ കണ്ണികൾ

ഒരു മാവിന് തന്റെ തന്നെ സൃഷ്ടിയായ മാങ്ങയും തടിയും കഴിഞ്ഞാൽ മൂന്നാമതൊരു സൃഷ്ടിയിൽ സ്വയം അഹങ്കരിക്കാൻ കഴിയുന്നത്: ഒരുപക്ഷെ തന്റേതല്ലാത്ത കാരണത്താൽ തന്റെ ശരീരത്തിൽ ഒട്ടിച്ചേർന്ന മറ്റൊരു ജീവനിലായിരിക്കും. ഇത്തിൾ കണ്ണികൾ . തന്റെ ശരീരത്തിലെ ആ ഒരു ശിഖരം ക്രമേണ നശിച്ച് പേകും എന്ന് അറിഞ്ഞ് കൊണ്ട്തന്നെ മാവ് ഇത്തിൾ കണ്ണിക്ക് അഭയം നൽകുന്നു. പിന്നീടൊരിക്കലും അവർ തമ്മിലുള്ള ബന്ധം വേർപ്പെടുന്നുമില്ല.

നിലാപൊട്ടുകൾക്ക് നിറം വെക്കുന്ന രാത്രികളിൽ മാവും ഇത്തിൾ കണ്ണിയും പരസ്പരം കളിയാക്കുകയും ഓർമ്മകളെ ആയവറക്കുകയും ചെയ്യുന്നുണ്ടാകും.

എന്റെ ജീവിതത്തിലും ഉണ്ട് ഇത്തരം ഇത്തിൾ കണ്ണികൾ . കാലം കടന്ന് പോയിട്ടും ആയിരം നിലാപെട്ടുകൾക്ക് നിറം വെച്ചിട്ടും ഇന്നും നശിക്കാതെ നിൽക്കുന്ന ഇത്തിൾക്കണ്ണികൾ . എന്റെ സൗഹൃദങ്ങൾ . സൗഹൃദങ്ങൾ ഒരിക്കലും ഇത്തിൾ കണ്ണികളെ പോലെ സ്വാർത്ഥരല്ല സ്വാർത്ഥരാണെങ്കിൽ അവർ സുഹൃത്ത്ക്കളുമല്ല. ആ വ്യത്യാസം മാത്രമേ അവർ തമ്മിലുള്ളൂ. കയറിക്കൂടുന്നത് മുതൽ വിടാതെ പിന്തുടരുന്ന ജിന്നുകൾ ,

അഞ്ചാം തരത്തിൽ ഞാൻ വന്ന് കയറിയത് ഒരു പുലിമടയിലേക്കായിരുന്നു. അന്ന് ഞാനവിടെ വല്ലാതെ ചെറുതായിപ്പോയി. അന്ന് അവിടെയുണ്ടായിരുന്ന ഒരു കൂട്ടർ. സ്വന്തം ക്ലാസ്സിലെ അപ്പർ ക്ലാസ്സ് പുലികൾ എന്ന് ഞാൻ വിലയിരുത്തിയ ഒരു കൂട്ടർ.

നാലാം തരത്തിൽ നിന്നും അഞ്ചാം തരത്തിലേക്ക് ഉള്ള കാൽവെയ്പ്പ്, മൂക്ക് മുട്ടുന്ന ചെളിവെള്ളത്തിൽ കാലെടുത്ത് വച്ച അവസ്ഥയായിരുന്നു എനിക്ക് . പക്ഷെ അവർ അതേ ചെളി വെള്ളത്തിൽ ചാടി മതിച്ച് കാളക്കൂറ്റർമാരെ പോലെ നടന്നു.

ഇംഗ്ലീഷിലെ എഴുത്തും വായനയും അവർക്ക് വലിയ വിഷയമായിരുന്നില്ല. ക്ലാസ്സിലെ ഓരോരുത്തരായി പാഠം വായിപ്പിക്കുമ്പോ ഞാൻ പത്ത് മിനിറ്റെടുത്ത് വായിച്ച് തീർക്കുന്ന പേജ് അവർ അഞ്ച് മിനിറ്റിൽ തീർക്കും ,

ഞാനൊക്കെ ക്ലാസ്സിൽ ടീച്ചർ ചോദ്യം ചോദിക്കുമ്പോ ചോദ്യം പോലും മനസ്സിലക്കാതെ അടി മേടിക്കുമ്പോ അവർ പഠിക്കാത്തതിന്റെ പേരിൽ അടി വേടിക്കും.

ഇവിടെ ഒരോ ദിവസവും കിട്ടുന്ന അടിയുടെ കാരണം പോലും അറിയാതെ നിൽക്കുമ്പോ അവർ മിക്കവാറും അടി വേടിച്ചിരുന്നത് ക്ലാസ്സിൽ ഓളിയിട്ടതിനും ബെല്ലടിച്ചിട്ടും ക്ലാസ്സിൽ കയറാത്തതിനും . ക്ലാസ്സ് ടൈമിൽ സ്ക്കൂളിന് വെളിയിൽ പോയതിനും ഒക്കെയായിയിരുന്നു.

എഡ്വിൻ, ജോൺ , അജിത്ത്, ഇവാൻസ് , പിന്നെ അവരുടെ പിന്നിൽ നീളുന്ന ഒരു കൊച്ചു പട്ടിക .

കാലങ്ങളെടുത്ത് കൈയ്യിൽ മിച്ചം വെക്കുന്ന അമ്പത് പൈസയും ഒരു രൂപയും കൊണ്ട് പല്ലൊട്ടിയും പച്ചക്കടലയും വാങ്ങി ഞാനും അജിയും ട്യൂഷൻ ക്ലാസ്സിലേക്ക് പോകുമ്പോൾ സ്ക്കൂളിന് മുന്നിലെ ജോണേട്ടന്റെ ബേക്കറിയിലെ സിപ്പപ്പ് മൊത്തമായവർ വിലക്കെടുക്കും. ചോദിക്കുന്നവർകൊക്കെ കൊടുക്കും കുറേ കുടിക്കും എന്നിട്ടും ബാക്കിയാകുന്നത് മുകളിലേക്ക് എറിയും കിട്ടുന്നവർ എടുക്കും. ചിലപ്പോ നിലത്ത് വീണ് പൊട്ടിയെഴുകുന്നതും കാണാം.

ജോണേട്ടന്റെ ബേക്കറിയിലെ ചില്ല് കൂട്ടിൽ കിടക്കുന്ന പഫ്സിനും സമൂസക്കുമെല്ലാം അവർ എന്നും ഒരു പേടിസ്വപ്നമായിരുന്നു. ബേക്കറിക്ക് മുന്നിലൂടെ കുടിച്ച് കൈമാറുന്ന പെപ്സിയും മിറിൻഡയും എല്ലാം ഒരു സ്ഥിരം കാഴ്ചയായി . ഉച്ച സമയങ്ങളിൽ ക്ലാസ്സിലെത്തുന്ന മിൽക്കി ബാറും കിറ്റ്കാറ്റുമെല്ലാം അവരുടെ കൈകളിലൂടെ മാത്രമായിരുന്നു.

ആറാം തരവും ഏഴാം തരവും എല്ലാം കായിക തലത്തിൽ സ്ക്കൂൾ വളരെയധികം ദാരിദ്രം പുലർത്തി വന്നിരുന്ന കാലഘട്ടമായിരുന്നു. ആകെ ഒരു ഫുട്ട്ബോൾ ഉണ്ടായിരുന്നു. മുതിർന്ന ക്ലാസ്സുകാരിൽ ആർക്കെങ്കിലും പി.ഇ.ട്ടി ഉള്ള ദിവസം ഞങ്ങൾക്ക് കളിക്കാൻ ഫുട്ട്ബോൾ തന്നിരുന്നില്ല..സത്യത്തിൽ ആ രണ്ട് കൊല്ലം ഞങ്ങളിൽ ആരും ഫുട്ട്ബോൾ കാല് കൊണ്ട് തൊട്ടിട്ടില്ല.

സ്കൂളിലെ ആ ചട്ടത്തെ കാറ്റിൽ പറത്തി,

പി. ഇ. ട്ടിക്ക് ഗ്രൗണ്ടിലേക്ക് പോകുന്ന വഴി അന്തുവേട്ടന്റെ കടയിൽ നിന്നും അവരിൽ ആരെങ്കിലും 23 രൂപേടെ സ്റ്റംപർ ബോൾ മേടിച്ച് കൊണ്ട് വരും . ജോണും അജിതും രണ്ട് ടീമായി ടീമിടും കളിക്കുന്ന എല്ലാരേം ടീമിലിട്ട ശേഷം ബാക്കിയുള്ളോരെ തുല്യരാക്കി രണ്ട് വശത്തും ഇട്ട് കളി തുടങ്ങും .

പലപ്പോഴും ഞാനൊന്നും ഏത് ടീമിലാണെന്ന് പോലും അറിയാമായിരുന്നില്ല. ബോൾ കാല് കൊണ്ട് തൊടാൻ കിട്ടില്ലെന്നറിഞ്ഞിട്ടും വെറുതെ അങ്ങോട്ടും ഇങ്ങോട്ടും കിടന്നോടും . അങ്ങനെ ആ കൊച്ച് ബോൾ വെച്ച് പൊടി പറത്തി കൊണ്ട് കളി തുടരും .

അതേ സമയം പെൺകുട്ടികളിൽ കുറച്ച് പേർ ഗ്രൗണിലെ പന്തലിച്ച് നിൽക്കുന്ന മല്ലി മരത്തിന് ചുവട്ടിൽ മറ്റ് എന്തെങ്കിലും കളികളിൽ ഏർപ്പെടും. മറ്റുചിലർ ഒന്നും ചെയ്യാനില്ലാതെ അലസരായി നിൽക്കുന്നുണ്ടാകും . വേറെ ചിലർ അവിടേം പുസ്തകങ്ങളും നോട്ട് ബുക്കുകളും നിരത്തി വച്ചിരിപ്പുണ്ടാകും.

ഫുട്ട്ബോൾ മടുക്കുന്ന ദിവസങ്ങളിൽ ഗ്രൗണ്ടിന് മുന്നിലെ വഴിയിലെ അന്തുവേട്ടന്റെ പറമ്പിൽ നിന്നും മൂപ്പരറിയാതെ പട്ട വെട്ടി ബാറ്റുണ്ടാക്കും എന്നിട്ട് അന്തുവേട്ടന്റെ കടയിൽ നിന്നും വേടിച്ച അതേ ബോൾ കൊണ്ട് ക്രിക്കറ്റ് കളിക്കും. പുലികളുടെ സംഘം ബാറ്റും ബോളും ചെയ്ത് കഴിയുമ്പോഴേകും പിരിഡ് കഴിഞ്ഞിരിക്കും. അത് കൊണ്ട് അവിടേയും പ്രതീക്ഷകൾ ഉണ്ടായിരുന്നില്ല.

ഉച്ചക്കെല്ലാം ഓടിക്കളിച്ചും മതിച്ചും പരസ്പരം കളിയാക്കിയും സൊറ പറഞ്ഞും നടക്കുന്ന അവർക്ക് വലിയ പരീക്ഷക്ക് അത്യവശ്യം നല്ല മാർക്കും കാണുമായിരുന്നു.

ഞാൻ നോക്കി നിന്നിട്ടുണ്ട് പലപ്പോഴും . അവരുടെ കൂടെ ഒന്ന് നടക്കാൻ ആ ടീമിൽ ഒന്ന് കയറാൻ ഒത്തിരി കൊതിച്ചിട്ടുണ്ട്. അത്തരത്തിൽ കളിച്ച് ചിരിച്ച് നടക്കുന്ന ഒരു സൗഹൃദം . അഞ്ചാം തരത്തിലേക്കുള്ള പദനത്തിൽ എന്റെ സൗഹൃദ വലയം പൂർണമായി ചിന്നഭിനമായി പോയി കഴിഞ്ഞിരുന്നു. പിന്നീട് അജിയും സഞ്ചയും ട്യൂഷൻ ക്ലാസ്സിലെ കുറച്ച് പേരും മാത്രമായിരുന്നു ഏട്ടാം തരം വരെ കൂടെ ഉണ്ടായിരുന്നത്.

സ്കൂൾ എക്സിബിഷന് വെറൈറ്റി റിമോട്ട് കാർ ഉണ്ടാകി ജോണും വോൾക്കാനോ ഉണ്ടാക്കി എഡ്ഡിനും ,അന്ന് വരെ ആരും കാണാതത്ര സ്റ്റാംമ്പ് കളക്ഷനുകളുടെ ആൽബങ്ങൾ നിരത്തി അജിത്തും ഞങ്ങളെ എല്ലാരേം ഞെട്ടിച്ചു കൊണ്ടിരുന്നു. ലോകത്ത് പുതിയതും പഴയതുമായ എന്തിനേക്കുറിച്ച് ചോദിച്ചാലും ഇവാൻസിന് ഉത്തരമുണ്ടായിരുന്നു. ഇന്റർനെറ്റിലെ മറ്റൊരു വിക്കിപീഡിയ ആയിരുന്നു അവൻ .

എന്റെ കൈയിൽ അന്ന് പണ്ടെന്നോ ചേച്ചി ഉണ്ടാക്കിയ ആറ് പേജ് ഉള്ള ഒരു കൊച്ച് ആൽബത്തിൽ ഇരുവശത്തും ഒട്ടിച്ച സ്റ്റാംമ്പ് കളക്ഷൻ മാത്രമാണ് ഉണ്ടായിരുന്നത്..എല്ലാരും എന്തേലും എക്സിബിഷന് ഉണ്ടാക്കണമെന്ന് ടീച്ചർ നിർബന്ധം പറഞ്ഞപ്പോ ഞാൻ ആ ആൽബം നിരത്തി വെച്ചു.

ഒത്തിരി ആഗ്രഹമുണ്ടായിരുന്നെങ്കിലും അന്ന് അവരോടൊപ്പം ചേരാൻ ഒന്നും തന്നെ എന്റെ കൈയിൽ ഇല്ലായിരുന്നു - സാമർത്ഥ്യം, പഠിപ്പ് , നൂറും ഇരുന്നൂറും ആണെങ്കിലും പണം, കുരുത്തക്കേടുകൾ കാട്ടാനുള്ള ചങ്കൂറ്റം അങ്ങനെ ഒന്നും . പരാജയങ്ങളും അതിൽ ഞാൻ വച്ചു കെട്ടിയ മുഖം മൂടിയും എന്നും എന്നെ ചെറുതാക്കി കൊണ്ടിരുന്നു.

ദിവസങ്ങളും മാസങ്ങളും കടന്ന് പോയി. എങ്ങനൊക്കെയോ എട്ടാം തരത്തിലേക്ക് ജയിച്ച് കയറി.

പക്ഷെ ആ വർഷം മൂന്ന് അത്ഭുതങ്ങൾ നടന്നു. പുലികളിലെ തലൈവർ എഡ്വിൻ മറ്റെന്തോ സാങ്കേതിക കാരണങ്ങളാൽ ട്രാൻസ്ഫർ വാങ്ങി വേറേതോ സ്കൂളിലേക്ക് പോയി. പതിയെ ഞാൻ പോലുമറിയാതെ ആ ടീമിലേക്ക് ഞാൻ ചെന്ന് കയറി. ഇന്നാലോചിക്കുമ്പോ എല്ലാം മുൻകൂട്ടി നിശ്ചയിക്കപ്പെട്ടത് പോലെ

തോന്നുന്നു. എങ്ങനെയാണെന്ന് പോലും നിശ്ചയമില്ല .പതിയെ പതിയെ സൊറ പറച്ചിലുകളിലും ക്രിക്കറ്റ് കളിയിലും എല്ലാം ഞാൻ കൂടെ കൂടാൻ തുടങ്ങി. എന്റെ ഭാവിയും ഭൂതവും ഒരു പോലെ തിരുത്തിയെഴുതപ്പെട്ട കൊല്ലമായിരുന്നു അത്.

എട്ടാം തരത്തിലേക്ക് ജയിച്ച് കയറാൻ നേരം ഇംഗ്ലീഷ് മീഡിയം രണ്ട് ഡിവിഷനായി തരം തിരിച്ചു. നിർഭാഗ്യവശാൽ അജി എ ഡിവിഷനിലേക്ക് പോയി. ഞാൻ ബി യിലും പതിയെ എനിക്ക് കൂട്ടെന്ന പോലെ ജോണിനെ ടീച്ചർ സ്ഥലം മാറ്റി എന്റെയടുത്ത് കൊണ്ടിരുത്തി. അതായിരുന്നു തുടക്കം . ഒരു വശത്ത് സഞ്ചയും മറുവശത്ത് ജോണും പതിയെ ഞങ്ങൾ മൂന്ന് പേരും നല്ല കട്ട കംമ്പിനിയായി.

ജോൺ പണ്ടേ അങ്ങനെയാണ് സുഹൃത്ത്ക്കളെ ഉണ്ടാക്കുക അവന് നിഷ്പ്രയാസം കഴിഞ്ഞിരുന്നു. ഇന്നും അതങ്ങനെ തന്നെ മാറ്റമില്ലാതെ തുടരുന്നു. ഏത് ഭാഷയായാലും സംസ്കാരമായാലും അവൻ അവന്റെ ബന്ധങ്ങൾ സൃഷ്ടിച്ചെടുക്കും.

അങ്ങനെ പതിയെ ഇവാൻസും അജിതും ഒക്കെയായി കംമ്പിനിയായി. പിൻ പട്ടികയിൽ കഥാപാത്രങ്ങൾ ഇനിയുമുണ്ടയിരുന്നു. പിലാക്കണ്ടി എന്നിരട്ട പേരുള്ള അഫ്സൽ , അഫ്സൽ അബ്ദുള്ള, ജിഷ്ണു, എബി, അഞ്ചൽ എഡ്ഡിൻ , ജെൽസ് , ബിജോ അങ്ങനെ നീളുന്ന പട്ടിക .

ഇതിലൊന്നും പെടാതെ,മുകളിലേക്ക് കയറി വരുന്ന ഞങ്ങളേം കാത്ത് മൊതൽ തലൈവർ എട്ടാം തരത്തിൽ ഇരിപ്പുണ്ടായിരുന്നു. കൊതുവെന്നും ചൈനയെന്നുമൊക്കെ എണ്ണിയാലൊടുങ്ങാത്ത ഇരട്ടപ്പേരുകളുള്ള ഒരറ്റം യഥു .എട്ടാം തരത്തിൽ ഒരു വർഷത്തെ പ്രവർത്തി പരിചയമുള്ളത് കൊണ്ട്, വന്ന് കയറിയപ്പോഴേ ഞങ്ങടെ എല്ലാം തലതൊട്ടപ്പനാവാനുള്ള അവന്റെ പരാക്യമം തുടക്കത്തിലേ പരാജയപ്പെട്ടു.

ഫുട്ബോൾ വേൾഡ് കപ്പിൽ ഇന്ത്യ ജയിക്കുവോ എന്ന തള്ളിൽ തുടങ്ങി നാലും അഞ്ചും ഗിയറുള്ള ഡിയോ സ്ക്കൂട്ടർ കണ്ട് പിടിച്ച ഒരു അഡാറ് ഐറ്റ മായിരുന്നു അവൻ . പതിയെ പതിയെ തള്ളുകളെല്ലാം പൊളിഞ്ഞ് , എന്തിനും ഒരു കള്ളച്ചിരിയോടെ ഉരുണ്ടുകളിച്ചുത്തരം നൽകുന്ന ഒരു കൊച്ചു തള്ളിസ്റ്റായി അവൻ മാറി. പിന്നീട് അവനും അവന്റെ തമാശകളും ഇല്ലാതെ ക്ലാസ്സ് അനങ്ങുന്നില്ല എന്ന

സ്ഥിതിയായി . അവനില്ലാത്ത ഞങ്ങളുടെ കൂടിക്കാഴ്ച്ചകൾക്ക് അനാവശ്യ ഗൗരവങ്ങൾ ഏറുന്നതായി ഞങൾക്കനുഭവപ്പെട്ടു. മാറ്റിനിർത്താൻ കഴിയാത്ത ഒരു ഇത്തിൾക്കണ്ണി .

വീക്കെന്റുകളിൽ ട്യൂഷനല്ലാതെ മറ്റൊന്നിനും പുറത്തിറങ്ങാതിരുന്ന ഞാൻ ഇവാൻസിന്റെയും ജോണിന്റേയും വീട്ടിൽ സ്ഥിരം കുറ്റിയായി.

ജീവിതത്തിന്റെ മറ്റൊരു അദ്ധ്യായത്തിലേക്കുള്ള ചുവട് വെയ്പ്പും അവിടെ എട്ടാം തരത്തിൽ സംവച്ചിരുന്നു .അത് വഴിയേ പറയാം. പരസ്പരം സൗഹൃദ സംഭാഷണങ്ങളുടെ മനസ്സ് തുറക്കുമ്പോഴേക്കും എട്ടാംതരം അവസാനിച്ചിരുന്നു.

സാമാന്യം തെറ്റില്ലാത്ത മാർക്കോടെ ഒമ്പതാം തരത്തിലേക്ക് ചുവട് വെച്ചു.

പിന്നീട് ഞാൻ അനുഭവിച്ചറിഞ്ഞ രണ്ട് വർഷങ്ങളാണ് എന്റെ നിലാ പൊട്ടുകളെ ഇന്നും അനശ്വരമായി സൂക്ഷിക്കുന്നത്.

ഇന്നും രാത്രിയുടെ യാമങ്ങളിൽ നിലാവ് പൂക്കുമ്പോൾ നിലാപൊട്ടുകൾക്ക് നിറം വെക്കുമ്പോൾ അവരാദ്യം പങ്ക് വെയ്ക്കുന്ന നിമിഷങ്ങൾ ആ രണ്ട് വർഷത്തിലേതായിരിക്കും.

ഞാൻ ജോൺ ഇവാൻസ് സഞ്ചയ് ജിഷ്ണു യധു ക്ലാസ്സിലെ ഏറ്റവും പിൻ ബെഞ്ചിലെ വില്ലൻമാർ . അപകർഷതയിൽ മുങ്ങി നിവർന്ന് മൂക്കിൻ തുമ്പ് ചുവന്ന് തുടിക്കാൻ തുടങ്ങിയ കാലം..

ഒന്ന് പറഞ്ഞ് രണ്ടാമത്തേതിന് കലിപ്പ് തലയ്ക്ക് പിടിക്കുന്ന കാലം . നാക്കിന് ലൈസൻസ് ഇല്ലാത്ത കാലം. എന്തിനും ഞങ്ങൾ ഒരുമിച്ചായിരുന്നു. ക്ലാസ്സിൽ വളരെ നല്ല സൗഹൃദത്തിലായിരുന്ന ഒരു കൂട്ടം പെൺപടയുമായി ഇനി സന്ധി വേണ്ടാ യുദ്ധം മതി എന്ന് പ്രഖ്യാപിച്ചതും അവിടെ വച്ചായിരുന്നു. ഒരിക്കൽ ദ്യേഷ്യം കണ്ണ് പൊത്തിക്കളഞ്ഞു : ക്ലാസ്സിലെ പെൺപിള്ളേർടെ ഭാഗത്ത് നിന്ന് വന്ന ഒരു കൊച്ചു കുസൃതിക്ക് ഓവർ റിയാക്റ്റ് ചെയ്ത് സ്റ്റാഫ് റൂമിൽ കയറി ബെഹളം വച്ചു അങ്ങനെ പെൺകുലത്തിനെതിരെ തുടരെ തുടരെ യുദ്ധങ്ങൾ . ഇന്നോർക്കുമ്പോ പല്ലിളിക്കുന്ന ഓർമ്മകൾ .അത്തരത്തിൽ നല്ല കുറേ നാളുകൾ നശിപ്പിച്ചും കളഞ്ഞിട്ടുണ്ട്. നിലാപൊട്ടുകളിലെ തിളങ്ങുന്ന പുൽനാമ്പുകളിലെ കണ്ണീർ തുള്ളികൾക് കനം വെക്കുന്ന നിമിഷങ്ങൾ, അങ്ങനെ പലതായി തുടർന്നു.

രണ്ടാം നിലയിലെ , ഒറ്റനോട്ടത്തിൽ കണ്ണിൽ പെടാത്ത ഏറ്റവും അറ്റത്തെ ക്ലാസ്സ് മുറി അതായിരുന്നു ഒമ്പതാം തരം.

ആ കൊല്ലം സിബിഎസിയിൽ നിന്നും വന്ന് കയറിയ വേറെ മൂന്ന് മൊതലുകൾ ഉണ്ടായിരുന്നു ആ ക്ലാസ്സിൽ . അജയ് , ടൈറ്റസ്, റൺസൂ. അവരുമായി മൊത്തം ക്ലാസ്സിന് കമ്പനി ആവാൻ അധികം സമയം വേണ്ടി വന്നില്ല. ഞങ്ങൾക്കും .

സി ബിഎസിയിലെ, കേട്ടാൽ പുളകം കൊള്ളുന്ന വീരഗാഥകൾ അവർക്കു മുണ്ടായിരുന്നു പറയാൻ .

അജയ് കടുത്ത സഖാവാണ്, എന്തിലും സ്വന്തമായ വ്യക്തമായ നിലപാടുകളുള്ള ഒരെറ്റം .നല്ലവണ്ണം പാടും. എന്റെ കൊട്ടും അജയുടെ പാട്ടും ഒരു സ്പെഷ്യൽ കോംബോ ആയിരുന്നു പിന്നീടങ്ങോട്ട്. ടൈറ്റസ്: ക്ലാസ്സിന്റെ ബീറ്റിന് ഒരു പടി മുകളിൽ നിൽക്കുക എന്നതായിരുന്നു മൂപ്പരുടെ അജൻഡ : അതിപ്പൊ പഠിപ്പായാലും, ഷോ ഇറക്കലായാലും അവന് പുത്തരിയല്ല.

പിന്നെ റൺസു മറ്റൊരു വേതാളം. ടിന്റുമോൻ കോമഡികൾ മനപ്പാഠമാക്കി ക്ലാസ്സിൽ വന്നലക്കി പൊളിച്ച് സീനാക്കുന്ന ഒരു മൊതല്, ആദ്യമെല്ലാം രസമായിരുന്നെങ്കിലും പിന്നീട് കേട്ട കോമഡികള് തന്നെ പിന്നേയും പിന്നേയും ഒരു വിരസതയും ഇല്ലാതെ ആവർത്തിക്കുന്നതിൽ സന്തോഷം കണ്ടെത്തിയിരുന്ന ഒരു സൈക്കോ ആയിരുന്നു അവൻ. ടിന്റുമോൻ റൺസൂ . പക്ഷെ ക്ലാസ്സിന്റെ ഓവറോൾ താളം മാറ്റാൻ അവൻ ഒരാള് തന്നെ ധാരാളമായിരുന്നു.

ഒഴിവ് പിരിയഡുകളിൽ ക്ലാസ്സിൽ യേശുദാസും ജയചന്ദ്രനും ജാസി ഗിഫ്റ്റും എല്ലാം ഉയർത്തെഴുന്നേൽക്കും. ഡെസ്ക്കിൽ കൈ വിരലുകൾ കൊണ്ട് തബല വായിച്ച് അനർഗ നിർഗളമായ സ്വരമാതുര്യത്തിന് തുടക്കമാകും. അല്ലെങ്കിൽ പരസ്പരം എറിഞ്ഞിടുന്ന കടംകഥകളിലും കണക്കിലെ കുറുക്കുവഴികളിലും തല തിരിഞ്ഞ് ആൺകുട്ടികളും പെൺകുട്ടികളും വീർപ്പ് മുട്ടുന്നുണ്ടാവും.

മറ്റെല്ലാത്തിലും ഞാനും കൂടെ കൂടുമെങ്കിലും കണക്കിലെ ചോദ്യോത്തര പംക്തിക്ക് മാത്രം ഞാൻ തലയിടാറില്ല. അറിയാൻ പാടില്ലാത്തത് കൊണ്ടാണ്. പലപ്പോഴും നിശ്ചിത സമയത്തിനുള്ളിൽ കണക്കിന് ഉത്തരം കണ്ട് പിടിക്കുന്ന വിഭാഗത്തിന് ഡയറി മിൽക്ക് മിൽക്കിബാർ എന്നിങ്ങനെ ചെറു പന്തയങ്ങളും ഞങ്ങൾക്കിടയിൽ

നിലനിന്നിരുന്നു. കണക്കിന്റെ ആശാൻ മാരായ വൈശാഖും അൽബിനും സഞ്ചയും ഞങ്ങളുടെ ആത്മബലം കൂട്ടികൊണ്ടേയിരുന്നു. അപ്പുറത്ത് പെൺ ബുജികളുടെ തല ഒട്ടും ചെറുതായിരുന്നില്ലതാനും.

പിന്നീട് ഉണ്ടായ ഒരു കല്ല് കടിക്കുന്ന ഓർമ്മയെന്നത് ഒമ്പതാം തരത്തിലെ ക്ലാസ്സ് ലീഡർ ഇലക്ഷനായിരുന്നു .തുടരെ തുടരെ പൊട്ടലും ചീറ്റലും നടന്നിരുന്നത് കൊണ്ട് എന്തും ഞങ്ങൾക്ക് മത്സരമായിരുന്നു. പെൺകുട്ടികളിൽ നിന്നും അവർ അനിയെ നിർത്തിയപ്പൊ ഞങ്ങൾ ഇവാൻസിനെ നിർത്തി. ഷേർലി ടീച്ചർ വോട്ടെടുത്തു. ക്ലാസ്സിലെ പെൺകുട്ടികളേക്കാൾ എണ്ണക്കൂടുതൽ ഉണ്ടായിരുന്നത് ആൺകുട്ടികളിലാണ്. അത് കൊണ്ട് ഇവാൻസെ ജയിക്കൂ എന്ന് ഞങ്ങൾ ഉറച്ച് വിശ്വസിച്ചു.

പക്ഷെ വോട്ടെണ്ണി കഴിഞ്ഞപ്പൊ രണ്ട് വോട്ടിന്റെ ഭൂരിപക്ഷം അവർക്ക് . മൂന്ന് ആൺകുട്ടികൾ അവർക്ക് വോട്ട് ചെയ്തിരിക്കുന്നു. നിയന്ത്രണം പയ്യെ നഷ്ടപ്പെട്ട് തുടങ്ങിയ ഞങ്ങൾ ടീച്ചർ പുറത്ത് പോയ തക്കത്തിന് വോട്ടിങ് പേപ്പർ എടുത്ത് നോക്കി മറുകണ്ടം ചാടിയവനെ കണ്ടെത്തി. എല്ലാരടേം മുന്നിലിട്ട് തല്ലുവാൻ കൈ ഓങ്ങിയെങ്കിലും ജോൺ പിടിച്ച് മാറ്റിയതിന്റെ പേരിൽ പരസ്യമായി വർഗ്ഗ വഞ്ചകരെ തെറി വിളിച്ചാണ് ഞാൻ എന്റെ കലിയടക്കിയത്.

ആൺ പെൺ വ്യത്യാസം ഇല്ലാതെയാണ് ഞാൻ എല്ലാരോടും സംസാരിച്ചതും പള്ള് പറഞ്ഞിരുന്നതും.

പക്ഷെ ആൺകുട്ടികളോട് സംസാരിക്കുന്നത് പോലെയല്ല, കുറച്ച് മയത്തിലൊക്കെ വേണം പെൺകുട്ടികളോട് സംസാരിക്കാൻ എന്ന വലിയ പാഠം ഞാൻ പഠിക്കുന്നതും ഒൻപതാം തരത്തിൽ വെച്ച് തന്നെയാണ്. പക്ഷെ അപ്പോഴേക്കും എനിക്ക് സംഭവിച്ച വലിയ മാറ്റത്തെ പറ്റി ഞാൻ തന്നെ അതിശയിച്ച് പോയിരുന്നു. ഒടിഞ്ഞ് കുത്തി ഒന്നും മിണ്ടാതെ ക്ലാസ്സിൽ ഇരുന്നിരുന്ന എന്നെ മുൻ നിര പോരാളിയിലേക്ക് ഉയർത്തിയത് ഈ സൗഹൃദങ്ങൾ തന്നെയാണ്. ആ ഇത്തിൾക്കണ്ണികൾ തന്നെയാണ് ഇന്നും എന്നോടൊപ്പമുള്ളതും .

സൗഹൃദത്തിന്റെ ഏറ്റവും വലിയ അടിസ്ഥാനം പരസ്പര വിശ്വാസം തന്നെയാണ് അത് രൂപപ്പെടേണ്ടത് ക്ലാസ്സ് മുറികളിൽ നിന്നുമാണ്.

പിന്നീട് നടന്ന പരീക്ഷകളിലെല്ലാം ചോദ്യപ്പേപ്പറുകളും ഉത്തരക്കടലാസുകളും കൈമറഞ്ഞ് വരുന്നത് ഒരു സ്ഥിരം കാഴ്ചയായിരുന്നു. അങ്ങനെ ആ കൊല്ലത്തെ വലിയ പരീക്ഷക്ക് ജോണിൽ നിന്നും കൈമറഞ്ഞ് വന്ന പേപ്പർ സഞ്ചയുടെ കൈയിൽ കുടുങ്ങിപ്പോയി. ഇൻവിജിലേറ്റർ സഞ്ചയുടെ മുഖത്ത് നിന്നും കണ്ണെടുക്കുന്നില്ല. വാർണിങ് ബെല്ല് മുഴങ്ങുന്നു . ക്ലാസ്സിലെ മറ്റ് കുട്ടികൾ ഉത്തരക്കടലാസുകൾ കെട്ടി ടീച്ചരുടെ മേശപ്പുറത്ത് വയ്ക്കുന്നു. പേപ്പർ കിട്ടാതെ ജോണിന് എഴുന്നേൽക്കാൻ കഴിയില്ല. ആ പേപ്പർ സഞ്ചയുടെ പ്പേപ്പറിനൊപ്പം വെച്ച് കെട്ടുവാനും കഴിയില്ല . വലിച്ച് നീട്ടിയുള്ള ജോണിന്റെ കൈയക്ഷരം സഞ്ചയുടേതായി ഒരിക്കലും ചേരില്ല. ഇതറിഞ്ഞ ഞങ്ങൾ മൂന്ന് പേർ ഒരുമിച്ച് പേപ്പർ കെട്ടി എഴുന്നേറ്റ് ടീച്ചറുടെ മേശയുടെ മുന്നിൽ മതിലുകളായി അണിനിരന്നു. ക്ലാസ്സ് നമ്പർ എഴുതിയിട്ടില്ലെന്ന വ്യാജേന പേനയെടുത്ത് പേപ്പറിലും കുത്തിപിടിച്ച് നിന്നു. ഈ സമയം കൊണ്ട് പ്പേപ്പർ അതിന്റെ പഴയ സ്ഥാനത്തേക്ക് തിരിച്ചെത്തിയിരുന്നു.

അങ്ങനെ ഒമ്പതാം തരത്തിലെ കോലാഹലങ്ങളും കീറാമുട്ടികളും ചാടി കടന്ന് ഞങ്ങൾ പത്താം തരത്തിലെ ചേട്ടൻമാരും ചേച്ചിമാരും ആയി മാറി.

പത്താം തരമല്ലെ !! പലരും ആ വർഷം പഠിക്കാൻ തുടങ്ങിയിരുന്നു. നാട്ടുകാരും വീട്ടുകാരും ടീച്ചേഴ്സും ഉറ്റ് നോക്കി കൊണ്ടിരുന്നു. പക്ഷെ ഞങ്ങൾക്ക് കുറച്ച് പേർക്ക് യാതൊരു കുലക്കവും സംഭവിച്ചിരുന്നില്ല. നാല് മണിക്ക് ക്ലാസ്സ് കഴിഞ്ഞാൽ ഏറ്റവും ദൂരെ പാലപ്പിള്ളിയിലേക്കും ഗുരുവായൂരിലേക്കും വരെ ഉള്ള അവസാന കുട്ടി പോയി കഴിഞ്ഞാലും ഞാനും ജോണും ഇവാൻസും ചിലപ്പൊഴൊക്കെ സഞ്ചയും , ആറ്മണി ഏഴ്മണി വരെയൊക്കെ പള്ളിക്കുന്ന് സെന്ററിൽ ചുറ്റിപറ്റി കാണും .സ്കൂൾ മതിലിൽ ചാരിനിന്ന് സൊറ പറഞ്ഞും, പള്ളി കപ്പേളയിൽ പോയിരുന്നു പോകുന്ന വണ്ടികളുടെ എണ്ണമെടുത്തും, അവിടെ കാണുമായിരുന്നു.

ഞങ്ങളിലെ സൗഹൃദങ്ങൾ തഴച്ച് വളർത്തുന്നതിൽ ഞങ്ങളുടെ വീടുകൾ തമ്മിലുള്ള ദൂരങ്ങളുടെ അന്തരം ഒരു വലിയ പങ്ക് വഹിച്ചിരുന്നിരിക്കണം. ഏത് പാതിരാത്രിയിലും സൈക്കിളിൽ സഞ്ചരിച്ചെത്തുന്ന ദൂരങ്ങൾ മാത്രമായിരുന്നു ഞങ്ങൾക്കിടയിൽ

ഉണ്ടായിരുന്നത്.

ആ ക്കഴിഞ്ഞു പോയ രണ്ട് വർഷങ്ങളിൽ സൂര്യനും ചന്ദ്രനും ചുവട്ടിലെ വലുതും ചെറുതുമായ എല്ലാറ്റിനേം കുറിച്ച് ഞങ്ങൾ സംസാരിച്ചിരുന്നിരിക്കണം.

പിന്നെ മുണ്ടും ഷർട്ടുമിട്ട് ,പൂക്കളമിട്ട്, അണിഞ്ഞൊരുങ്ങിയെത്തുന്ന മലയാളി മങ്കകളെ കമന്റടിച്ച് , ശിങ്കാരിമേളത്തിന് ചുവട് വെയ്ക്കുന്ന ഓണാഘോഷങ്ങളും. കേക്കിന്റേം ക്രിസ്തുമസ്സ് കരോളിന്റേം അതിമധുരം നുകരുന്ന ക്രിസ്സ്മസ്സ് സെലിബ്രേഷനും എല്ലാം മറ്റെല്ലാരേം പോലെ ഞങ്ങളും ആസ്വദിച്ചിരുന്നു.

പത്താം തരത്തിലെ യൂത്ത് ഫെസ്റ്റിവൽ വന്നെത്തി. പെൺകുട്ടികൾ നാടകം ചെയ്യുന്നുണ്ടെന്ന് അറിഞ്ഞു. "നിങ്ങളൊന്നും ചെയ്യാത്തത് മോശായി പോയി " എന്ന ടീച്ചർമാർ ഉൾപ്പടെ ഉള്ളവരുടെ കമന്റിന് മുന്നിൽ ഉത്തരം മുട്ടിയ ഞങ്ങൾ

വാശിപ്പുറത്തായിരുന്നു ,യൂത്ത് ഫെസ്റ്റിവലിന് ഒരു ദിവസം മുന്ന് ഞാനിരുന്ന് സ്ക്രിപ്റ്റെഴുതി പിറ്റേന്ന് പ്രാക്റ്റീസ് ചെയ്ത് നാടകം തട്ടിൽ കയറ്റിയത്. ആ നാടകത്തിന് സെക്കന്റ് പ്രൈസ് കിട്ടിയപ്പോ അണപ്പൊട്ടിയ സന്തോഷവും ആർപ്പ് വിളിയുമായിരുന്നു എല്ലാരടേം മുഖത്ത് .

പത്താം തരം പകുതിയൊക്കെ ആയപ്പോഴേക്കും യുദ്ധങ്ങളും സന്തികളും എല്ലാം മറന്ന് നല്ല സൗഹൃദത്തിന്റെ മേച്ചിൽ പുറങ്ങളിലേക്ക് നടന്ന് തുടങ്ങിയിരുന്നു ഞങ്ങളും പെൺപടകളും . പിന്നീടുള്ള കളിചിരികളും കളിയാക്കലുകളുമെല്ലാം പതിയെ ഒരുമിച്ചായി .

അവിടെയാണ് സന്തോഷം എന്റെ കണ്ണിനെയും മനസ്സിനെയും ഒരുപോലെ നനയിച്ച ആ സംഭവം അരങ്ങേറിയത്.

ഒരു ദിവസം രാവിലെ എഴുന്നേറ്റ് വീടിന്റെ വാതിൽ തുറന്ന് നോക്കിയ അപ്പൻ ഓടി വന്ന് എന്നെ വിളിച്ചു.

ഞാൻ കണ്ണും തിരുമ്മി ചെന്ന് നോക്കുമ്പോ ഒരു പൊതി ഇറയത്തിരിക്കുന്നു അതിൽ വർണക്കലാസിൽ പൊതിഞ്ഞ ഒരു പെട്ടിയുമുണ്ട്. ഞാൻ അതിശയത്തോടെയും ആകാംഷയോടെയും ആ പെട്ടി തുറന്നു . കണ്ണുകളും മനസ്സും ഒരുപോലെ ഈറനണിഞ്ഞു.

പെട്ടിക്കകത്ത് ഒരു സിൽവർ ചെയ്യിൻ ഉണ്ട്. ബാസ്ക്കറ്റ് ബോൾ കളിക്കുന്ന എൻ ബി എ ഒഫിഷ്യൽ ജേഴ്സിയുണ്ട്. ഒപ്പം ഒരു കാർഡും. "ഞങ്ങളുടെ അജീഷിന് മനസ്സ് നിറഞ്ഞ ജൻമദിനാശംസകൾ "

സ്നേഹത്തോടെ എക്സ് ഗായ്സ് ഒപ്പം ഞങ്ങൾ വഴക്കടിച്ച് നഷ്ടപ്പെടുത്തിയ സൗഹൃദ ചങ്ങലയിലെ കണ്ണികളും . ഞാൻ പോലുമറിയാതെ ഇരു കൂട്ടരും കൂടി പ്ലാൻ ചെയ്ത് പുലർച്ചയ്ക്ക് എന്റെ വീട്ടിൽ കൊണ്ടുവന്ന് വച്ചിരിക്കുന്നു. ഒരു ഗിഫ്റ്റ് .

എന്റെ ജൻമദിനങ്ങളെല്ലാം ഒരു സാധാരണ ആഘോഷങ്ങൾ മാത്രമായി അവസാനിക്കാറായിരുന്നു പതിവ് . വീട്ടിൽ ഒരു പ്ലം കേക്ക് മേടിച്ച് മുറിക്കും. അയൽപക്കത്തെ പിള്ളാർക്കൊക്കെ കൊണ്ടു കൊടുക്കും. പിന്നെ ഇവൻമാരു വന്നതിന് ശേഷം അവർക്ക് ജോണേട്ടന്റെ ബേക്കറിയിൽ നിന്നും എന്തേലും മേടിക്കും. വലിയ ട്രീറ്റുകളും സർപ്രൈസ് ഗിഫ്റ്റുകളും ചെറുപ്പം മുതൽക്കേ സ്വപ്നം കാണുമെങ്കിലും ഒന്നും അത് വരെ കിട്ടിയിട്ടില്ല. അന്ന് ജീവിതത്തിലാദ്യമായി ഒരു സർപ്രൈസ് അതും ഇരുകൂട്ടരിൽ നിന്നും . ഇന്നും നിറഞ്ഞ പുഞ്ചിരിയോടെ മാത്രം ഓർക്കുന്ന നിലാപൊട്ടുകളിൽ ഒന്നാണ് അത്.

അന്ന് എന്നെ കൊണ്ടാവും വിധം എല്ലാർക്കും ഞാൻ ചെലവ് ചെയ്തു.. വാക്കുകളാൽ നന്ദിയും പറഞ്ഞു. പക്ഷെ ജീവതത്തിൽ ഒത്തിരി ആഗ്രഹിച്ച ഒരു സ്വപ്നത്തെ സാക്ഷാത്കരിച്ചതിന്റെ വീട്ടാൻ പറ്റാത്തൊരു കടപ്പാട് അവിടെ എന്നിൽ ബാക്കിയായിരുന്നു. സത്യത്തിൽ ക്ലാസ്സിലെ പെൺസൗഹൃദങ്ങളുമായി വഴക്കടിച്ചു നഷ്ടപ്പെടുത്തിയ സമയങ്ങളോർത്ത് ഞങ്ങൾ എല്ലാം പിന്നീട് നഷ്ടബോധത്തിലാഴുമായിരുന്നു..പക്ഷെ അവിടെ അവർ തുറന്ന് വെച്ച മനോഹരമായ സൗഹൃദത്തിന്റെ വാതിലുകൾ ഇന്നും അടയാതെ കാത്ത് സൂക്ഷിക്കുന്നുണ്ട്.

സൗഹൃദങ്ങളുടെ വേരുകൾ ആഴത്തിൽ ഇറങ്ങുന്നതിന് സ്ക്കൂൾ തന്നെ ഒരുപാട് അവസരങ്ങളുണ്ടാക്കി തന്നിട്ടുണ്ട് -യൂത്ത് ഫെസ്റ്റിവലുകളായും ഉപജില്ലാ കലോത്സവങ്ങളായും സ്ക്കൂൾ സുവർണ ജൂബിലി ആയും പത്താം തരത്തിലെ ലോങ്ങ് ടൂർ ആയും ഒക്കെ . ബന്ധങ്ങൾക്ക് ആഴം കൂടി വന്നു.

പതിയെ പതിയെ പത്താം തരത്തിന്റെ പരീക്ഷ ചൂടിലേക്ക് ഞങ്ങളെ എത്തിക്കുവാൻ ടീച്ചർമാരും വീട്ടുകാരും നാട്ടുകാരും ഒരുപോലെ പരിശ്രമിച്ചു. അപ്പോഴും ഞങ്ങൾക്ക് യാതൊരു ചൂടും തട്ടിയിട്ടില്ലായിരുന്നു. ഞങ്ങളൊരു പറക്കും തളികയിലെന്ന പോലെ ആറാട്ട് പുഴ പൂരവും തൃശൂർ പൂരവും തുടങ്ങി ഞങ്ങടെ ലൊക്കാലിറ്റിയിലെ പൂരങ്ങളും പെരുന്നാളുകളും പൂയങ്ങളും ഷഷ്ഠികളും റിലീസാകുന്ന പടങ്ങളും എല്ലാം വിടാതെ പിൻതുടർന്ന്കൊണ്ടേയിരുന്നു. ഒടുവിൽ എസ് എസ് എൽ സി എക്സാമിന്റെ തലേന്ന് വരെ റീലീസായ പടത്തിന് പോയി ഞങ്ങൾ . തോൽക്കും എന്ന് നാട്ടുകാരും, പ്രതീക്ഷിച്ച മാർക്ക് കിട്ടിലെന്ന് വീട്ടുകരും വിധിയെഴുതി . പക്ഷെ അവിടേം ഞങ്ങളെ പരസ്പരം സഹായിച്ചത് സൗഹൃദമെന്ന അത്ഭുതമാണ്. സ്റ്റഡീ ലീവിന് ജോണിന്റെ വീട്ടിലും എന്റെ ട്ടറസിലും ഞങ്ങൾ സ്ഥിരമായി ഒത്തുകൂടി . തമാശകൾ പറഞ്ഞും ചിരിച്ചും കളിച്ചും ഒരു സിനിമ കാണുന്ന ലാഘവത്തോടെയാണ് സോഷ്യലും ഇംഗ്ലീഷുമെല്ലാം പഠിച്ചത്. കണക്കിൽ പ്രധാന്യമുള്ളത് മാത്രം പരസ്പരം ചോദിച്ച് മനസ്സിലാക്കി പഠിച്ചു.

എന്താണ് പഠിച്ചത് എന്ന് ചോദിച്ചാൽ പറയുവാൻ ഞങ്ങൾക്ക് ഒന്നുമുണ്ടായിരുന്നില്ല. പക്ഷെ ആ കളിച്ചിരികൾക്കിടയിൽ ഞങ്ങൾ പോലുമറിയതെ ഞങ്ങൾ പലതും മനസിലാക്കിയിരുന്നു. പരീക്ഷാ ഹാളിലേക്ക് കയറുന്നതിന് മുമ്പ് പരസ്പരം ഒരുവിട്ടു കൈമാറിയെത്തുന്ന ഷോർട്ട് നോട്ടുകളും ഒറ്റവാക്കിലെ ഉത്തരങ്ങളും പതിവായി മാറി.

വലിയ നെടുവീർപ്പുകളോ അമിത പ്രതീക്ഷകളോ ഒന്നും ഇല്ലാതെയാണ് ഞാൻ ഒരോ പരീക്ഷ കഴിഞ്ഞും പുറത്തിറങ്ങിയത്. കണ്ടതും കേട്ടതും അറിഞ്ഞതും എഴുതി നിറക്കുക എന്നത് മാത്രമായിരുന്നു എന്റെ ചിന്ത.

അങ്ങന റിസൽട്ട് വന്നു എല്ലാവരും ഒരുപോലെ അന്തം വിട്ട് നിന്നു.

പൂരവും പെരുന്നാളും കൂടി ഒഴപ്പി നടന്ന വിരുധൻമാർക്ക് 90 ശതമാനത്തിന് മുകളിൽ മാർക്ക് . ഫുൾ എ പ്ലസൊന്നും ഞാൻ ചിന്തിച്ചിട്ടേ ഇല്ല.

എല്ലാർക്കും ചിരിച്ച് കൊണ്ട് ഉത്തരം കൊടുത്ത് ഞങ്ങൾ സൗഹൃദത്തിന്റെ യാത്ര തുടർന്നു.

പിന്നീട് പ്ലസ് വണ്ണിൽ എല്ലാവരും പല വഴിക്ക് തിരിഞ്ഞു. പക്ഷെ ഞങ്ങൾ പോലുമറിയാതെ വേരൂന്നിയ ഒരു ആദ്യശ്യമായ ബന്ധം ഞങ്ങൾക്കിടയിൽ ഉണ്ടായിരുന്നു.

എത്ര നാളുകൾ കാണാതിരുന്നാലും . സംസാരിക്കാതിരുന്നാലും എന്റെ ഒരു വിളിക്കപ്പുറത്ത് അവരുണ്ട്. അവർക്ക് ഞാനും .അത് തന്നെയല്ലേ സൗഹൃദത്തിന്റെ അന്തസത്ത. ഇന്നും പാറപ്പുറത്തും കുട്ടേട്ടന്റെ ചായക്കടയിലും പൊട്ടുന്ന ചിരിവള്ളികൾക്കും കളിയാക്കലുകൾക്കും അതേ പഴയ ഇത്തിൾക്കണ്ണികൾ തന്നെയാണ് കൂട്ട്.

ഇന്ന് വർഷങ്ങൾക്കിപ്പുറം, വിരലിൽ എണ്ണാവുന്ന സൗഹൃദങ്ങളെ എനിക്ക് പിന്നീട് നേടിയെടുക്കുവാൻ കഴിഞ്ഞിട്ടുള്ളൂ. സ്കൂൾ ജീവിതം കഴിഞ്ഞ് കോളേജിലേക്ക് പ്രവേശിച്ച് ഡിഗ്രിയുടെ മൂന്നാം കൊല്ലത്തിലാണ് ഒരു കൊച്ചു സൗഹൃദ വലയത്തെ ഞാൻ നേടിയെടുക്കുന്നത്. യാതൊരു സാമ്യവും ഞങ്ങൾക്കിടയില്ല. വിവിധ സ്ഥലങ്ങളിൽ നിന്നും വരുന്ന വിവിധ സ്വഭാവ ഗുണമുള്ള ഒരു കൂട്ടം സൗഹൃദങ്ങൾ . അവരുമായി അടുക്കാനും എനിക്ക് രണ്ട് വർഷത്തോളം സമയമെടുത്തു.

അമൽ ഷംലാൽ അഖിൽ ജെറോം ജീബിൻ അക്ഷയ് എബിൻ ഷോൺ അമൽ ജോ ഗൗതം അങ്ങനെ നീളുന്ന ബന്ധങ്ങൾ . ആകെ വിരലിൽ എണ്ണാവുന്നവരെ ക്ലാസ്സിൽ ഉണ്ടായിരുന്നുള്ളൂ. അത് കൊണ്ട് എന്താവശ്യത്തിനും ആരേലും ഒക്കെ ഒപ്പം കാണും .

സത്യത്തിൽ കോളേജിൽ വച്ചാണ് എന്ത് കാര്യത്തിലും കട്ടക്ക് കൂടെ പിടിക്കുന്ന കുറച്ച് പെൺസൗഹൃദങ്ങളെ സ്വന്തമാക്കുന്നത്. മഞ്ജുള കീർത്തന സജന റാഷ. എന്ത് പൊട്ടത്തരങ്ങളും വിളിച്ച് പറയാൻ പറ്റുന്ന സൗഹൃദങ്ങൾ അതാണ് കോളേജ് സമ്മാനിച്ചത്.

ഒന്നിച്ചുള്ള ഫുഡ് അടിക്കലും ക്ലാസ് കട്ട് ചെയ്ത് കറങ്ങാൻ പോകുന്നതും. കോളേജ് ഫെസ്റ്റിവലിന് ഒന്നിച്ച് സ്റ്റേജിൽ കയറി അലമ്പുന്നതും കൂക്കൽ മേടിക്കുന്നതും അങ്ങനെ എല്ലാം ഒരുമിച്ച് .

ഇവർക്കെല്ലാം എന്നെ നല്ലവണ്ണം അറിയാം. ഒന്നുമറിയാത്ത അപരിചിതരിൽ നിന്നാരംഭിച്ച് ഒരുപാട് അറിയുന്ന കൊടുമുടി

കയറുകയെന്നതാണല്ലോ സൗഹൃദം. അത് കോളേജിലെ അവസാന വർഷത്തിലാണ് എന്നിൽ സംഭവിച്ചതെന്ന് മാത്രം.

ഷംലാൽ ഇന്നും പറയും കോളേജ് തുടങ്ങി രണ്ട് കൊല്ലത്തോളം ഒന്നിലും പെടാതെ എവിടേലും ഒറ്റക്ക് ചിന്തിച്ചിരിക്കുന്ന സൈക്കോ ആയിരുന്നു ഞാൻ എന്ന് . സംഭവം കോമഡിയാണെങ്കിലും അതായിരുന്നു സത്യം. എന്നിലേക്ക് തന്നെ നോക്കി നഷ്ടപ്പെടുത്തിക്കളഞ്ഞ രണ്ട് കൊല്ലങ്ങൾ . പക്ഷെ ഇന്ന് ഇവരിൽ ഞാൻ സന്തുഷ്ടനാണ്. ഇവരായിരുന്നു എനിക്ക് വേണ്ടിയിരുന്നത്.. ഇന്ന് ഞങ്ങൾ ഒരുമിച്ച് ജോലി ചെയ്യുന്നു, ട്രിപ്പുകൾ പോകുന്നു. നാളെയെ കുറിച്ച് ച്ചിന്തിച്ച് ഞാൻ ആകുലപ്പെടുന്നില്ല , നാളെ എല്ലാവരും അവരവരുടെ തിരക്കുകളിലേക്ക് തിരിഞ്ഞാലും എന്നിൽ വരിയുന്ന നിലാപൊട്ടുകളിൽ എല്ലാവരും അത് പോലെ തന്നെ കാണും.

ഇന്നും ഒരു സന്തോഷം വന്നാലോ സങ്കടം വന്നാലോ ഞാൻ ആദ്യം ഓടിച്ചെല്ലുന്നത് എന്റെ ഇത്തിൾകണ്ണികളിലേക്ക് തന്നെയാണ്. ..ഏത് പ്രശ്നത്തിനും ഞങ്ങൾക്കിടയിൽ പരിഹാരങ്ങളുണ്ട് . ഇനി പെട്ടന്നൊരു പരിഹാരം കണ്ടെത്താനായില്ലെങ്കിൽ കൂടി ആ പ്രശ്നം പറഞ്ഞ് തീരുമ്പോ പൊട്ടിവീഴുന്ന ഒരു ചിരിയിലോ ഒരു കളിയാക്കലിലോ മനസ്സിൽ നിന്നും ഇറക്കിവയ്ക്കപ്പെടുന്ന ഒരു വലിയ ഭാരമുണ്ട്. അത് സൗഹൃദങ്ങൾക്കിടയിൽ സംഭവിക്കുന്ന മാജിക്ക് ആണ്. ആ മാജിക്കിനെ എന്നും ഞാൻ അനുഭവിച്ചറിയുന്നുണ്ട്.

നല്ല സൗഹൃദങ്ങൾ ഇത്തിൾക്കണ്ണികൾ പോലെയാണെന്നതിന് ഇതിലും നല്ല മാതൃകകൾ എവിടെ കിട്ടും?

ഒരിക്കലേ ഒട്ടിച്ചേരാൻ ശ്രമിക്കൂ. അപ്പോ കൂടെ ചേർക്കാൻ ശ്രമിക്കുക.. പിന്നെ അവസാനം വരെ കൂടെ കാണും .അത് എവിടെ ആയിരുന്നാലും ആ ബന്ധം വേർപ്പെടുകയില്ല.

തിരിഞ്ഞ് നോക്കുമ്പോ എന്നിൽ ഇന്നും അതേ അഞ്ചാം തരക്കാരനും പത്താം തരക്കാരനും ഒളിഞ്ഞിരിപ്പുണ്ട് . പക്ഷെ ആ വഴിയേ വന്ന മാറ്റങ്ങളും കിട്ടിയ നേട്ടങ്ങളും കണക്കില്ലാത്തതാണ് .അതിൽ വില മതിക്കാനാകത്തത് സൗഹൃദങ്ങൾ തന്നെയാണ്. ഇന്നും അതേ അഞ്ചാം തരത്തിലെ അപകർഷത എന്നെ വേട്ടയാടുബോൾ , ഈ ധൃതി പിടിച്ചോടുന്ന ലോകത്തിന് ഞാൻ ചേരില്ല എന്ന ബോധം

മനസ്സിലുദിക്കുമ്പോഴെല്ലാം എന്നെ തിരുത്തുന്നത് ഇതേ സൗഹൃദങ്ങൾ തന്നെയാണ്.

വീട്ടിലറിയാത്ത പല കുരുത്തകേടുകളും വള്ളിപുള്ളിയടക്കം അറിയുന്നതും അവർക്ക് തന്നെയാണ്.

"നിങ്ങൾ ദരിദ്രനായി കൊള്ളട്ടെ, പരാജയപ്പെടട്ടെ, വർഷങ്ങൾ കഴിഞ്ഞ് പോകട്ടെ , നിങ്ങളെ ചേർത്ത് പിടിക്കുന്ന ഒരു പിടി നല്ല സൗഹൃദങ്ങൾ നിങ്ങൾക്കുണ്ടെങ്കിൽ നിങ്ങൾ പാതി സമ്പന്നനാണ്."

13

കുന്തിരിക്ക മരം

വാ തോരാതെ പെയ്തു കൊണ്ടിരുന്ന രാത്രിയുടെ യാമങ്ങളിലും , പകലിന്റെ കണ്ണ് ചിമ്മുന്ന വെളിച്ചത്തിനും ഇടയിലെ നിശബ്ദമായ ഇടവേളകളിൽ ഞാൻ തിരിച്ചറിയേണ്ടതായിരുന്നു എല്ലാം .. പറയാൻ ഒരുപാടുണ്ടായിരുന്നവൾക്ക് കേൾക്കാൻ.. എന്തും കേൾക്കാൻ ഒരാളെ കിട്ടിയ സന്തോഷമായിരുന്നു ആ പെയ്തൊഴിയുന്ന മഴയെന്ന് ഞാൻ അറിഞ്ഞില്ല അറിയാൻ ശ്രമിച്ചില്ല. അത് പിന്നീട് പ്രണയമായി ഞാൻ നട്ടുവളർത്തിയ മരത്തിന്റെ മേലേ ചില്ലയിൽ ഒരു കൂടും വെച്ചു.

ഞങ്ങൾ രണ്ടു പേരും ഉൾകൊള്ളുന്ന ലോകം ഒന്നാണെന്ന് ഞാൻ വെറുതെ നിനച്ചു . പക്ഷെ അപ്പോഴും

മരപ്പണിശാലയും കൊത്തുപ്പണിയും മാത്രമറിയുന്ന തച്ചൻ കൊട്ടാരത്തിലെ രാജകുമാരിയെ പ്രണയിച്ച കഥ എനിക്കൊട്ടും വിചിത്രമായിരുന്നില്ല.

ഒടുവിൽ രാജകുമാരിയെ നഷ്ടപ്പെട്ടു എന്നുറപ്പാവുമ്പോഴും തച്ചൻ സ്നേഹം കൊണ്ടവളെ വീർപ്പ് മുട്ടിക്കുകയായിരുന്നു. തന്റെ ജീവിതത്തേക്കാൾ കൂടുതൽ തച്ചൻ അവളെ സ്നേഹിച്ചിരുന്നു എന്ന് തിരിച്ചറിഞ്ഞപ്പോ അയാൾക്ക് ചെയ്യാൻ കഴിഞ്ഞ ഒരേയൊരു കാര്യം : ആ സ്നേഹം മുഴുവൻ കൊടുത്ത് രാജകുമാരിയെ പിടിച്ച് നിർത്തുക എന്നതായിരുന്നു .

തച്ചൻ അവിടേം സ്വാർത്ഥനാവുകയായിരുന്നു. അവളെ പറ്റി തച്ചൻ ചിന്തിച്ചതേയില്ല .

എട്ടാം തരത്തിന്റെ തുടക്കത്തിൽ വന്ന് കയറിയ ആ മൂന്നാമത്തെ അത്ഭുതത്തെ കഥകളിക്കാരി എന്ന് പതിഞ്ഞ സ്വരത്തിൽ വിളിച്ച്

ഞാൻ കളിയാക്കുമായിരുന്നു. പറന്ന് കിടക്കുന്ന അവളുടെ വേഷവിധാനം കണ്ട് എന്നിക്ക് തോന്നിയൊരു കൗതുകം .

ആദ്യകാഴ്ചയിലെ പ്രണയം എന്ന ഉത്യോപ്പ്യൻ സ്വപ്നം എന്നെ അപ്പോഴും സ്പർശിച്ചിട്ടില്ലായിരുന്നു.

പിന്നീട് പതിയെ പതിയെ പറഞ്ഞും അറിഞ്ഞും കണ്ടും കേട്ടും ഒരു മാലാഖയെന്നോണം അവളെന്റെ മനസ്സിൽ കയറി കൂടി.. സ്നേഹത്തിന്റെ തിളങ്ങുന്ന കണ്ണുകളുള്ള മാലാഖ.

ദിവസം ചെല്ലും തോറും അവളുടെ കണ്ണുകളിലെ തിളക്കം കൂടിക്കൊണ്ടിരുന്നു. ക്ലാസ്സ് വരാന്തകളിലും കോണികൾക്കിടയിലെ ഇടനാഴിയിലും ഒളിമറക്കണ്ണുകളാൽ ഞാൻ അവളെ തിരഞ്ഞു .അവളുടെ ഓരോ ചിരികളും എന്റെ അടിവയറ്റിൽ ശരം തൊടുത്തു.. രോമകൂപങ്ങൾ എഴുന്നേറ്റു നിന്നു സല്യൂട്ടടിച്ചു. തൊണ്ടക്കുഴിയിലെ അവസാന തുള്ളി വെള്ളവും ആവിയാക്കി.

പിന്നീടുള്ള ഓരോ ദിനങ്ങളും അവളെ കാണാൻ വേണ്ടി മാത്രം ക്ലാസ്സ് മുറിയിലേക്ക് കയറിച്ചെല്ലുന്നു എന്ന മട്ടിലായി.അവളൊന്നു ചിരിച്ചു കാണാത്ത ദിവസങ്ങളിൽ ഞാൻ പോലുമറിയാതെ എന്നിലെ ഉറക്കം നഷ്ട്ടപ്പെട്ടു. അവൾ മുടങ്ങുന്ന ദിവസങ്ങൾ മതിലുകളിലെ ബഷീറിനെ പോലെ അനുഭവപ്പെട്ടു.

വർഷങ്ങൾക്കിപ്പുറം ചളി മൂടിക്കിടന്ന എന്റെ മനസ്സിൽ അവൾക്കായി കവിതകൾ രചിക്കപ്പെട്ടു. പിന്നെ പിന്നെ അവൾപോലും അറിയാതെ എന്നിൽ വീഴുന്ന ചില നോട്ടങ്ങൾ മുഷ്ഠിച്ചുരുട്ടുന്ന കാർക്കശ്യക്കാരനായ എന്നെ പലപ്പോഴും അടക്കി നിർത്താൻ തുടങ്ങി.

ദിവസങ്ങളും മാസങ്ങളും കടന്ന് പോയി .അവളുടെ മുഖത്ത് ചിരി വിടരാത്ത ദിനങ്ങൾ എന്റെ കറുത്ത ദിനങ്ങളായി മാറാൻ തുടങ്ങി. ക്ലാസ്സിലെ പെൺകുട്ടികളുമായി യുദ്ധം പ്രഖ്യാപിച്ചതിൽപിന്നെ അവളോട് സംസാരിക്കുവാനുള്ള അവസരങ്ങളും മെല്ലെ നഷ്ടപ്പെട്ടു.

ഒരിക്കൽ അവളുടെ കൈയിൽ നിന്നും ഉത്തരങ്ങൾ റഫർ ചെയ്യാനെന്നും പറഞ്ഞ് മലയാളം ഉത്തരക്കാലാസ് ഞാൻ സ്വന്തമാക്കി . അത് പിന്നീട് എന്റെ നോട്ട് ബുക്കിനുള്ളിലെ മയിൽപ്പീലി തുണ്ടുകളായി ഞാൻ കാത്തു സൂക്ഷിച്ചു.

പിന്നീട് ഒളിഞ്ഞും മറഞ്ഞും എത്രയെത്ര നിലാപൊട്ടുകൾ വിടർന്നു.

കോരി ച്ചൊരിയുന്ന മഴയിൽ റോഡ് നിറഞ്ഞൊഴുകുന്ന വെള്ളത്തിൽ കുടയും ചൂടി പോകുന്ന അവളെ നോക്കി നിന്നിട്ടുണ്ട് ഒരുപാട് . ആ കുടക്കീഴിൽ ഒന്നോടിക്കയറാൻ കഴിഞ്ഞിരുന്നെങ്കിൽ എന്നോണം എത്രയെത്ര മണിരത്നം ഹിറ്റുകൾ മനസ്സിൽ അലയടിച്ചിട്ടുണ്ട്.

ഒമ്പതാം തരത്തിലെ ഓണ അവധിക്ക് അവളെ ഒന്ന് കാണാതെ വീർപ്പ് മുട്ടിയ ഞാൻ ഒരീസം പിള്ളേരേം വിളിച്ച് ഒരു വിധത്തിൽ വീട് തപ്പിപ്പിടിച്ച് ചെന്നു.. അവിടേം കൂട്ട് ജോണും ഇവാൻസും തന്നായിരുന്നു. വീടിന് മുന്നിൽ എത്തി കിളി പോയ മട്ടിൽ നേരെ കയറി ചെന്ന് ബെല്ലടിച്ചു. ഒരു ചേച്ചി പുറത്തിറങ്ങി വന്നു. കണ്ടപ്പാടെ ആ ദേശത്തൊന്നും ഇല്ലാത്ത ഒരു അഡ്രസു ചോദിച്ചു.

ചേച്ചിയുടെ അറിയില്ലെന്ന മറുപടിക്ക് ബധലായി, എങ്കിൽ ഒരു ഗ്ലാസ്സ് വെള്ളം തരൂ എന്നതായി ഞങ്ങളുടെ ആവശ്യം.

സത്യത്തിൽ വെള്ളം കൊണ്ട് വരുന്നത് അവളായിരിക്കും എന്നാണ് ഞങ്ങൾ കരുതിയത് പക്ഷെ കൊണ്ടുവന്നത് ഒരു ചേട്ടനാണ്. ഒരു കൈയിൽ വെള്ളവും മറുകയ്യിൽ വെട്ടുകത്തിയും .പുള്ളിക്കാരൻ പറമ്പിൽ നിന്നും നേരെ കയറി വരുന്ന വഴിയാണ്.

പക്ഷെ വെട്ടുകത്തി കണ്ടതും നെഞ്ചൊന്നു കാളി.

കിട്ടിയ വെള്ളം കുടിച്ചു തീരും മുമ്പേ മൂപ്പര് ചോദ്യങ്ങൾ കൊണ്ട് ശരങ്ങൾ തൊടുത്തു തുടങ്ങി.

ഞങ്ങൾ എവിടെ നിന്നാണ് ? ഇവിടെ ആരെ കാണാനാണ്? .. എന്ന് തുടങ്ങി.

ഒരു വിധം എല്ലാം പറഞ്ഞൊപ്പിച്ചു തിരികെ നടന്നു പക്ഷെ അവളെ മാത്രം കാണാൻ കഴിഞ്ഞില്ല.

പിന്നീട് കംമ്പ്യൂട്ടർ ലാബിലും ക്ലാസ്സ് മുറിയിലും ഞങ്ങൾ തമ്മിൽ കൊച്ചു കൊച്ചു വർത്തമാനങ്ങളൊക്കെ ഉണ്ടായിട്ടുണ്ട് പക്ഷെ അവിടെയെല്ലാം എന്നിലെ കാർക്കശ്യക്കാരനും ദുരബലനുമായ മനസ്സ് എന്നെ പിടിച്ചുലയ്ക്കും അത് കണ്ട് അവളും നിശബ്ദയാകും.

എട്ടാം തരവും ഒമ്പതാം തരവും കടന്ന് പോയി. പക്ഷെ അന്നൊന്നും മനസ്സിലുള്ള ഇഷ്ടം തുറന്ന് പറയണമെന്ന് എനിക്ക് തോന്നിയില്ല. മറ്റൊന്നുംകൊണ്ടായിരുന്നില്ല അത്, ഒരു പുഞ്ചിരിയോടെയല്ലാതെ അവളെ ഞാൻ കണ്ടിട്ടില്ല. എന്റെ ആത്മാവിന് ഭക്ഷണമായി ആ ചിരി

തന്നെ ധാരാളമായിരുന്നു. ഞാനെല്ലാം തുറന്ന് പറഞ്ഞാൽ ആ ചിരി എന്റെ മുന്നിൽ മായുമോ എന്നായിരുന്നു ഭയം.

പക്ഷെ ആ ദിവസവും കടന്ന് വന്നു. പത്താം തരത്തിലെ ക്രിസ്റ്റ്മസ്സ് സെലിബ്രേഷൻ .ഞാൻ താഴെ ഗ്രൗണ്ടിൽ സ്റ്റാർ ഉണ്ടാക്കുന്ന മത്സരത്തിന് വേണ്ടി പരക്കം പാഞ്ഞ് നടക്കുമ്പോൾ ഒരു കാഴ്ച കണ്ടു: സ്ക്കൂളിന്റെ മെയിൻ ഗെയ്റ്റ് കടന്ന് മെല്ലെ നടന്ന് വരുന്ന അവൾ . എന്നത്തേക്കാളും അതിസുന്ദരിയായിരുന്നു അന്നവൾ . ചുവന്ന ടോപ്പും ക്രീം മിഡിയും ധരിച്ച് കാറ്റിൽ പാറികളിക്കുന്ന മുടിയിഴകളെ ഒരു കൊച്ചു ക്ലിപ്പിൽ ചേർത്ത് പിടിച്ച് എന്റെ കണ്ണിലേക്കും മനസ്സിലേക്കും നടന്ന് കയറിയവൾ .

എന്റെ അടുത്തെത്താൻ നേരം ഒന്ന് പുഞ്ചിരിച്ച് കൊണ്ട് കോണി കയറിപ്പോയി. ഞാനാണെങ്കിൽ ഫ്രീസ്സറിൽ തലപെട്ട പോലെ ഐസായി തരിച്ചു നിന്നു പോയി.

"അക്കൊല്ലത്തെ ലോകസുന്ദരി പട്ടം ഇവൾക്ക് തന്നെ" എന്നൊക്കെ പരസ്പര ബന്ധമില്ലാത്ത ക്കാര്യങ്ങളെല്ലാം ചിന്തിച്ച് കിളി പോയ അവസ്ഥയിലായിരുന്നു ഞാൻ. പക്ഷെ അന്ന് ഒരു കാര്യം ഉറപ്പിച്ചിരുന്നു: എന്ത് തന്നെ വന്നാലും എന്റെ ഇഷ്ടം ഇന്നവളോട് പറയുകതന്നെ ചെയ്യും.

സ്റ്റാർ മത്സരം കഴിഞ്ഞ് ക്ലാസ്സിലെത്തിയപ്പോ വരാന്തയിലെ സ്ഥിരം മൂലയിൽ പിള്ളേര് മരിച്ച വീട്ടിലെന്നോണം നിൽപ്പുണ്ട്. കയറിച്ചെന്ന് കാര്യം തിരക്കിയപ്പോഴാണറിഞ്ഞത്. ജെൽസ് അവന്റെ പ്രിയതമയോട് ഇഷ്ടം തുറന്ന് പറഞ്ഞു അവൾ റിജക്റ്റ് അടിച്ചു. അതിന്റെ സങ്കടത്തിലായിരുന്നു അവൻ. കുറച്ച് നേരം അവനെ ആശ്വസിപ്പിച്ചെങ്കിലും എന്റെ തീരുമാനത്തിൽ നിന്ന് പിൻമാറാൻ ഞാൻ തയ്യാറായില്ല.

ലഡും കേക്കുമെല്ലാം കഴിച്ച് കഴിഞ്ഞ് ആളൊഴിഞ്ഞ ക്ലാസ്സിൽ കൂട്ടുകാരികളൊത്ത് ഇരുന്ന അവളുടെ അടുത്തേക്ക് ഞാൻ കയറി ചെന്നു. പതിഞ്ഞ സ്വരത്തിൽ അവളെ വിളിച്ചു.

എന്തോ അറിഞ്ഞ ഭാവത്തിലുള്ള കൂട്ടുകാരികളുടെ പുഞ്ചിരികളെ ഏറ്റെടുത്ത് അവൾ പുറത്തേക്ക് വന്നു. എന്റെ തൊട്ടു മുന്നിൽ ആ ക്ലാസ്സ് വരാന്തയുടെ ചുവരിനോട് ചേർന്ന് അവൾ നിന്നു .

എന്തോ കേൾക്കുവാൻ അവളുടെ കാതുകൾ മന്ത്രിക്കുന്നതായി എനിക്ക് തോന്നി. അവളുടെ ചുണ്ടുകളിൽ വിടർന്ന് നിൽക്കുന്ന പുഞ്ചിരി എന്റെ പേശികളെ വരിഞ്ഞ് മുറുക്കി .അവളുടെ കണ്ണുകളിലെ തിളക്കം എന്നെ ബോധരഹിതനാക്കും മുമ്പേ ഞാൻ പറഞ്ഞു

: എനിക്ക് നിന്നെ ഇഷ്ടാണ്, ഒരുപാട് നാളായി ഇഷ്ടാണ്, നിനക്ക് തിരിച്ച് ഇഷ്ടാണോന്ന് അറിഞ്ഞാൽ കൊള്ളായിരുന്നു."

ഞാൻ പറഞ്ഞ ഓരോ വാക്കുകളും പൂർവ്വ ജൻമത്തിൽ കേട്ടു തഴമ്പിച്ചപോലെ അവൾ തലയാട്ടി.

പക്ഷെ മറുപടി ഞാൻ പ്രതീക്ഷിച്ചത് പോലെ തന്നെ " നോ" എന്ന ഒറ്റ വാക്കായിരുന്നു. അതും അവൾ പുഞ്ചിരിച്ച് കൊണ്ട് തന്നെ പറഞ്ഞു.

ഞാൻ പ്രതീക്ഷിച്ച മറുപടിയായിരുന്നു അത്. ഒറ്റനോട്ടത്തിൽ പോയിട്ട് രണ്ടു കൊല്ലമെടുത്താലും അവൾക്ക് ഇഷ്ടപ്പെടാൻ മാത്രം ഒരു ഗുണമേൻമയും എന്നിൽ ഇല്ലെന്ന പൂർണ ബോധ്യവുമുണ്ടായിരുന്നു.

പക്ഷെ എത്രയൊക്കെ പ്രതീക്ഷിച്ചാലും അത് സംഭവിക്കുമ്പോ ചിലപ്പോ നില തെറ്റി പ്പോവും. മനസ്സ് വല്ലാതൊന്നു വിങ്ങും .അത് വരെ നടന്നതെല്ലാം ആ ഒരൊറ്റ നിമിഷത്തിൽ വന്നങ്ങ് തുറിച്ച് നോക്കുന്നത് പോലെ തോന്നി പോവും..

മനസ്സിടറി അത് പതിയെ കൺതടങ്ങളെ ബാധിച്ചു. അവ്യക്തമാകുന്ന മുഖത്തെ നോക്കി ഒരു "തേങ്ക്സ്" പറഞ്ഞ് ഞാൻ തിരികെ നടന്നു. കോണിയിറങ്ങിയോടി ബാത്ത്റൂമിലേക്ക് . പൈപ്പ് തുറന്നിട്ട് മുഖത്തേക്കും കണ്ണിലേക്കും വെള്ളം ശക്തിയായി അടിച്ചു. കണ്ണുകളെ വെള്ളത്തിൽ കുളിപ്പിച്ചെടുത്തു.

ചുവരുകളെ പഞ്ചിംങ്ങ് ബാഗുകളാക്കി മനസ്സിന്റെ വേദനയെ ശരീരം കൊണ്ട് ജയിച്ചു.

പതിയെ പുറത്തോട്ടിറങ്ങി. തോറ്റുപോയ മത്സരത്തിൽ ഫൈനൽ ബെല്ല് മുഴങ്ങി പുറത്തോട്ടിറങ്ങുന്ന ബോക്സറുടെ പ്രതീതി ആയിരുന്നു എനിക്ക് . ചുറ്റുമുള്ള ആരവങ്ങളെല്ലാം എന്നെ കളിയാക്കുന്നതായി എനിക്ക് തോന്നി. അവിടെയും എന്റെ തോളത്ത് കൈ വെയ്ക്കാൻ എന്റെ ഇത്തിൾകണ്ണികൾ ഉണ്ടായിരുന്നു. ക്രിസ്റ്റമസ്സ് അവധി പത്ത് ദിവസങ്ങൾ ഒരുതരം ജയിൽ വാസമായിരുന്നു. വീട്ടിൽ

നിന്നും പുറത്തിറങ്ങാതെ സൗഹൃദ ചങ്ങലകളിൽ നിന്നെല്ലാം ഓടിയകന്ന് ശോക ഗാനങ്ങളിൽ മുഴുകിയും , കണ്ണീർ പൂവ് കൊണ്ട് തലയിണകൾ കുതിർത്തും കടന്ന് പോയ ദിനങ്ങൾ .

ക്ലാസ്സ് തുടങ്ങി എങ്ങനെ ഇനി അവളെ ഫേസ് ചെയ്യും എന്നാലോചിച്ച് ടെൻഷൻ അടിച്ച എനിക്ക് യാതൊരു മാറ്റവുമില്ലാതെ അതേ പുഞ്ചിരിയോടെ ക്ലാസ്സിൽ വന്ന് കയറിയ അവളെ കണ്ട് അത്ഭുതമായി.

അവൾക്ക് ഒന്നൊഴികെ ഒരു മാറ്റവും സംഭവിച്ചിട്ടില്ല. താൻ പോലുമറിയാതെ എന്നിൽ വന്നു വീണിരുന്ന നോട്ടങ്ങൾ ബോധപൂർവ്വം അവളങ് ഒഴിവാക്കി തുടങ്ങിയിരിക്കുന്നു. അതെന്നെ വിഷാദത്തിന്റെ കൊടുമുടി കയറ്റിയെങ്കിലും എന്നിലെ കാർക്കശ്യക്കാരന് അത് വളം നൽകി..

അല്ലെങ്കിലും അവളെന്തിന് മാറണം : എതിരാളിയെ പോലും ശാന്തനാക്കുന്ന, തളർന്ന് പോയവന് ഊർജം നൽകുന്ന അവളുടെ ആ മനോഹരമായ ചിരി അത് തന്നെയല്ലെ അവളുടെ ആയുധം.

പത്താം തരത്തിലെ പരീക്ഷകൾ കഴിഞ്ഞ് വലിയ അവധിയിലേക്ക് പ്രവേശിച്ചെങ്കിലും എന്റെ മനസ്സ് ആ വരാന്തയിലും ക്ലാസ്സ് മുറികളിലെ ബെഞ്ചിലും തട്ടിക്കളിച്ചു കൊണ്ടിരുന്നു. അതിലുപരി ഇനി അവളെ കാണാതെ മൂന്ന് മാസം തള്ളി നീക്കണമെന്ന തിരിച്ചറിവ് എന്നെ തളർത്തിയിരുന്നു. പക്ഷെ കൂട്ടത്തിലെ വില്ലാളിവീരൻമാരുടെ പ്രണയ ചരിതങ്ങൾ അതിസമർത്ഥമായി നടന്നിരുന്നത് കൊണ്ട് കഥകൾക്കും പ്രതീക്ഷകൾക്കും ഒരു കുറവും ഉണ്ടായിരുന്നില്ല.

ആ മൂന്ന് മാസം ജോൺ ഉൾപ്പടെയുള്ള കാമുകി കാമുകൻമാരുടെ ഫോണിലെ സ്വിച്ചുകൾക്ക് പ്രകാശ വേഗമേറിയ കാലമായിരുന്നു. ഇരുപത്തഞ്ച് രൂപയ്ക്ക് കിട്ടുന്ന ഇരുന്നൂറ് എം ബി നെറ്റും നൂറ് എസ് എം എസും തികയാതെ വന്നിരുന്ന കാലം.

റിസൾട്ടുകൾ വന്നു ആദ്യ അലോട്ട്മെന്റിന് അപേക്ഷിക്കാൻ സ്കൂളിൽ പോകുകയായിരുന്നു ഞങ്ങൾ. ഞങ്ങൾക്ക് സർട്ടിഫിക്കറ്റ്സ് വാങ്ങാനും സ്കൂളിൽ നിന്ന് സൈൻ ചെയ്യിക്കാനും അലോട്ട് ചെയ്തിരുന്നത് ഒരു തിങ്കളാഴ്ചയായിരുന്നു.

ഒരുപാട് നാളുകൾക്ക് ശേഷം അവളെ വീണ്ടും കാണാം എന്നോർത്തപ്പോ എന്റെ നെഞ്ചിന് വീണ്ടും ജീവൻ വച്ചത് പോലെ

തോന്നി. കുറച്ച് കാലമായി നഷ്ടപ്പെട്ട് പോയിരുന്ന താളം തിരിച്ച് കിട്ടിയത് പോലെ . സ്കൂളിന് മുന്നിലെ സ്റ്റേജ് ക്ലാസിൽ എല്ലാരും ഉണ്ട്. കുറേ നാൾക്ക് ശേഷം വരുന്നത് കൊണ്ട് എല്ലാർക്കും പരസ്പരം സംസാരിക്കാൻ ഒത്തിരി ഉണ്ടായിരുന്നു. അവിടെ അവളും ഉണ്ടായിരുന്നു. ഞാൻ കണ്ടു. ഒന്ന് ചിരിച്ചു. കുറച്ച് കഴിഞ്ഞ് സംസാരിക്കാൻ ഒരവസരം കിട്ടി. പക്ഷെ അപ്പോഴാണ് അറിഞ്ഞത് അവൾ ഇവിടെ നിൽക്കുന്നില്ല, ടൗണിലെ ഒരു ഗേൾസ് സ്കൂളിലേക്ക് മാറാൻ പോവാണെന്ന് . നെഞ്ച് വല്ലാതെ പിടഞ്ഞെങ്കിലും ഞാൻ പുറമെ കാണിച്ചില്ല.

സർട്ടിഫിക്കറ്റുകളെല്ലാം വാങ്ങി അവൾ പുറത്തേക്കിറങ്ങി .എന്റെ ടോക്കൻ അപ്പോഴും വിളിച്ചിരുന്നില്ല.

സമയം ഉച്ചയോടടുത്തിരുന്നു സൂര്യൻ തലയ്ക്ക് മുകളിൽ എത്തിയിരുന്നു. ആ നേരത്ത് അവളുടെ റൂട്ടിലേക്ക് ബസ് ഇല്ലാത്തതിനാൽ അവൾ നടക്കാൻ തീരുമാനിച്ചു.. ഒറ്റയ്ക്കാണെന്നറിഞ്ഞപ്പോ പെട്ടന്നൊരാവേശത്തിൽ

"ഞാൻ കംബനി തരാം" എന്ന് ചോദിച്ച് നോക്കി.

പക്ഷെ സാരല്യാ ഞാൻ പൊക്കോളാന്ന് പറഞ്ഞ് അവളെന്നെ വിലക്കി.. ഇനി കാണുമോ എന്ന് പോലും ഉറപ്പില്ലാതെ പാതി ചത്ത മനസ്സുമായി എല്ലാവർക്കും ഒപ്പം സ്ക്കൂൾ ഗെയ്റ്റിൽ നിന്നും ഞാൻ തിരികെ നടന്നു. നിമിഷങ്ങൾക്കകം പെട്ടന്നൊരു വിളി. പിന്നിൽ നിന്ന്

: അല്ലെങ്കിൽ നീ വരുന്നോ?

തൂക്കു കയറിൽ നിന്നും ജീവപര്യന്തത്തിലേക്ക് ശിക്ഷ വെട്ടിക്കുറച്ച ജയിൽ പുള്ളിയെ പോലെ ഞാൻ ആഹ്ലാദിച്ചു..

പൊരിയുന്ന വെയിലിൽ മുക്കാൽ മണിക്കൂറോളം നടക്കാനുണ്ട്, അവിടുന്ന് തിരിച്ച് ഒറ്റയ്ക്കേ കാണു.. പക്ഷെ അതൊന്നും അപ്പൊ എന്നെ തളർത്തിയില്ല. ആ യാത്രയായിരുന്നു ഞങ്ങളുടെ ഫസ്റ്റ് ഡേറ്റ്.

ഞങ്ങൾ പോലുമറിയാതെ കൊച്ചു കൊച്ചു സങ്കടങ്ങളും സന്തോഷങ്ങളും, ആ മൂന്നു കൊല്ലം അവളുടെ പേരിൽ ഞാൻ കാട്ടി കൂട്ടിയ കോമാളിത്തരങ്ങളും മറയില്ലാതെ തുറന്ന് പറഞ്ഞു. അന്ന് അവളോട് സംസാരിക്കുമ്പോ മനസ്സ് പതറിയില്ല നെഞ്ച് പിടഞ്ഞില്ല. സന്തോഷം മാത്രമായിരുന്നു ഉള്ളിൽ. അവൾക്കും അങ്ങനെ തന്നെ ആയിരുന്നിരിക്കണം. അത്രയും നാൾ അവൾ കണ്ട രോഷകുലനായ

മുഖം അന്നവളുടെ മുന്നിൽ ഉണ്ടായിരുന്നില്ല. ഒടുവിൽ അവളുടെ വീടിന്റെ ഇട വഴിയെത്തിയപ്പോൾ

"ഇവിടം വരെ മതി" എന്ന് പറഞ്ഞു. "നന്നായി പഠിക്കണം ഉഴപ്പരുത്" എന്നൊക്കെ കൊച്ച് കൊച്ച് ഉപദേശങ്ങൾ തന്ന് പോകാനൊരുങ്ങിയ അവളോട് ഞാൻ ചോദിച്ചു

: എടോ ഞാൻ കാത്തിരുന്നോട്ടേ?

:വേണമെന്നോ വേണ്ടെന്നോ പറയാൻ എനിക്ക് കഴിയില്ല. എന്റെ കാര്യങ്ങളൊന്നും തീരുമാനിക്കുന്നത് ഞാനല്ല. നിനക്കറിയാല്ലോ ഇപ്പൊ കുറച്ചൊക്കെ .എല്ലാം ഈശോയ്ക്ക് ഇഷ്ടൊള്ള പോലെ നടക്കട്ടെ.

അടുത്ത് വന്ന് ഒരു ഷെയ്ക്ക് ഹാൻഡും തന്ന് ഇടവഴിയിലൂടെ നടന്ന് പോയ അവളെ ഒന്ന് കൂടി ഞാൻ വിളിച്ചു.

: താൻ പറഞ്ഞ പോലെ ഈശോടെ ഇഷ്ടപ്രകാരം ഒരിക്കൽ കൂടി തന്നെ എന്റെ മുന്നിൽ കൊണ്ട് നിർത്ത്യാല് അന്ന് ഞാൻ ചോദിക്കുമ്പോ താൻ നോ ന്ന് പറയരുത്. ഞാൻ കാത്തിരിക്കും..

വേണമെന്നോ വേണ്ടെന്നോ പറയാതെ ഒരു ചെറുപുഞ്ചിരിയോടെ അവൾ തിരിഞ്ഞ് നടന്നു.

അവിടെ ഇരുവശത്ത് നിന്നും മരങ്ങൾ ചെരിഞ്ഞ് നിന്ന് പച്ച പട്ട് വിരിച്ച ആ തണൽ വഴിയിലൂടെ നടന്ന് നീങ്ങുന്ന അവളുടെ മുഖം പിന്നീട് നീണ്ട രണ്ട് വർഷ കാലത്തെ എന്റെ സ്വപ്നങ്ങളിലെ നിറസാന്നിദ്ധ്യമായിരുന്നു.

അവൾ ഷെയ്ക്ക് ഹാൻഡ് തന്ന ആ കൈ നെഞ്ചോട് ചേർത്ത് പിടിച്ച് ഞാൻ തിരികെ നടന്നു. പൊള്ളുന്ന വെയിലിലും ആ കൈയിലെ ചുവപ്പ് തുടിക്കുന്നുണ്ടായിരുന്നു. കൈയും നെഞ്ചും തണുത്തുറയുന്നുണ്ടായിരുന്നു.

പ്രതീക്ഷകളാണല്ലോ ജീവിതത്തെ മുന്നോട്ട് നയിക്കുന്നത്. ഇനി കാണുമോ എന്ന് പോലും അറിയില്ലെങ്കിലും കാത്തിരിക്കും എന്ന എന്റെ വാക്കാണ് പിന്നീടുള്ള എന്റെ ജീവിതത്തെ മുന്നോട്ട് നയിച്ചത്.

പ്ലസ് വണ്ണിലേക്ക് കാലെടുത്ത് കുത്തി എക്സ് ഗായ്സെല്ലാം പല വശങ്ങളിലേക്ക് ചിന്നിച്ചിതറി . ജോൺ പുതുക്കാടും ഇവാൻസ് പള്ളിക്കുന്ന് തന്നെ കംപ്യൂട്ടർ സയൻസും . ജിഷ്ണു അളഗപ്പയും സഞ്ജയ് മുപ്ലിയവും യതു നന്തിക്കരയും അങ്ങനെ ചിഹ്നഭിനമായി .പിന്നീടുള്ള ഒത്തുചേരലുകൾ വല്ലപ്പോഴുമായി . ഞാൻ ബയോളജി

സയൻസിന് ചേർന്നു . എനിക്കൊപ്പം അജിയും അജയും അജിത്തും ആൽബിനും അങ്ങനെ ആകെ മൊത്തം പന്ത്രണ്ട് പേർ ആൺകുട്ടികളും ബാക്കിയെല്ലാം പെൺകുട്ടികളും .

ക്ലാസ്സ് തുടങ്ങി കുറച്ചായപ്പോഴേക്കും ഭാവിയുടെ ട്രാക്ക് തെറ്റിപ്പോയിരിക്കുന്നു എന്ന സത്യം ഞാൻ മനസ്സിലാക്കി. പ്ലസ് വണ്ണിൽ നിന്ന് എങ്ങനൊക്കെയോ ജയിച്ച് പ്ലസ് ടു വിലെത്തി.

അന്ന് കൈയിൽ ,ചേച്ചിയുടെ പഴയ നോക്കിയ സി റ്റു വന്ന് പെട്ടിരുന്നു. ഇരുന്നൂറ് എം ബി ഡാറ്റയ്ക്ക് ഇരുപതും ഇരുപത്തഞ്ചും ദിവസം നെറ്റ് ഉപയോഗിച്ചിരുന്ന നാളുകൾ - ഇന്നത്തെ പിള്ളേർക്ക് ചിന്തിക്കാൻ പോലും കഴിഞ്ഞെന്ന് വരില്ല.. ഫെയ്സ് ബുക്കായിരുന്നു പ്രധാന വിനോദം. പത്താം തരത്തിലെ ആൺകുട്ടികളും പെൺകുട്ടികളും എല്ലാം അന്ന് ഫെയ്സ്ബുക്കിൽ ഉണ്ടായിരുന്നു. അവരുമായി കോൺടാക്റ്റും ഉണ്ടായിരുന്നു. പക്ഷെ അവളെ മാത്രം എത്ര തപ്പിയിട്ടും കിട്ടിയിരുന്നില്ല.

ഒടുവിൽ

വലിയ രണ്ട് വർഷത്തെ കാത്തിരിപ്പിനൊടുവിൽ അവൾ വീണ്ടും വന്നു. ആത്മാർത്ഥമായ കാത്തിരിപ്പിന് ടെലിപ്പതിയെന്ന പോലെ ഉത്തരമുണ്ടെന്ന് വിശ്വസിപ്പിച്ച കാലമായിരുന്നു അത്.

എന്റെ കാത്തിരിപ്പായിരിക്കണം ഒരു പക്ഷെ അവളെയും അംബരപ്പിച്ചത്. എനിക്കതിൽ സങ്കടങ്ങളൊന്നും തോന്നിയിരുന്നില്ല. പ്രതീക്ഷകളാണല്ലോ ജീവിക്കാൻ പ്രേരിപ്പിക്കുന്നത്.

പിന്നീട് മെസ്സെജുകളായി ഫോൺ വിളികളായി കൊച്ചു കൊച്ചു കൂടിക്കാഴ്ച്ചകളായി . തിരി താണുപോയെന്ന് കരുതിയ എന്റെ ജീവിതത്തിന്റെ ഉയർത്തെഴുന്നേൽപ്പായിരുന്നു അത്. പിണക്കങ്ങളും ഇണക്കങ്ങളും സന്തോഷങ്ങളും സങ്കടങ്ങളും പങ്ക് വെച്ച് കുറച്ച് നാളുകൾ.

പകലുകളുടെ സൂര്യവെളിച്ചത്തിൽ കുളിച്ചുണ്ടും, രാത്രിയിൽ വിരിയുന്ന നിലാപൊട്ടുകളിൽ പരസ്പരം ഊളിയിട്ടും . അതങ്ങനെ തുടർന്നു.

പക്ഷെ പതിയെ ദേശാടനത്തിന്റെ മലമടക്കുകൾ ഇറങ്ങി ജീവിതത്തിന്റെ പൂഴി നിറഞ്ഞ മണ്ണിൽ ചവിട്ടാൻ തുടങ്ങി.

ജീവിതത്തിൽ ഇനി മുന്നോട്ടെന്ത് എന്ന് പോലുമറിയാതെ നിന്ന ഞാൻ വീണ്ടും അപകർഷതയുടെ ചെളിക്കുണ്ടുകളിൽ മാറി മാറി പതിക്കുകയായിരുന്നു.. പിന്നീടുള്ള ഫോൺ വിളികളിലും കൂടിക്കാഴ്ച്ചകളിലും ഭാവിയുടെ പല്ലിറുമ്മലുകളും കരച്ചിലുകളും നിഴലാടുവാൻ തുടങ്ങി.

പിന്നെ പിന്നെ ഞാൻ അവളെ അർഹിക്കുന്നില്ല എന്ന ചിന്തയിലേക്ക് വരെ ഞാൻ എത്തി. ഇത് പോലൊരു ജീവിതത്തിലേക്ക് വന്ന് കയറേണ്ടവളല്ല അവൾ . ആ കുട്ടി ഇതിലും ഒരുപാട് ഉയർന്ന ഒരു കൂട്ട് അർഹിക്കുന്നുണ്ട് എന്ന് എന്റെ ഉപബോധ മനസ്സ് എന്നെ ഓർമ്മിപ്പിച്ച് കൊണ്ടിരുന്നു. പക്ഷെ അപ്പോഴും അവളെ വിട്ട് കളയാൻ ഞാൻ ഒരുക്കമല്ലായിരുന്നു. അത്രമാത്രം ഞാനവളെ സ്നേഹിച്ചിരുന്നു. ആ സ്നേഹമായിരുന്നു എന്റെ ജീവിക്കാനുള്ള ലഹരി.

ഞാൻ അവിടെ സ്വാർത്ഥനാവുകയായിരുന്നു. പക്ഷെ എനിക്ക് മുൻപേ സഞ്ചരിച്ച കാലമോ ഈശ്വരനോ അവളെ പതിയെ എന്നിൽ നിന്നും അടർത്തി മാറ്റി. പതിയെ പതിയെ യാഥാർത്ഥ്യത്തെ മനസ്സിലാക്കി തന്ന് കൊണ്ട് ഈ പൂഴിയിൽ ഞാൻ ഒറ്റക്കാണെന്ന തിരിച്ചറിവ് നൽകി കൊണ്ട് ഈ തച്ചനിൽ നിന്നും രാജകുമാരി അകന്നകന്ന് പോയി.

ആ നഷ്ടം എനിക്ക് ഉൾക്കൊള്ളാൻ വർഷങ്ങൾ വേണ്ടി വന്നു. പിന്നീടങ്ങോട്ട് ഇന്നും നീളുന്ന ഒറ്റയാൾ പോരാട്ടം.

സങ്കടങ്ങൾ കൂടപ്പിറപ്പുകളാണല്ലോ!!പക്ഷെ അവ വച്ച് നീട്ടുന്ന കുറേ ഓർമ്മകളുണ്ട്. ഇന്നും രാത്രിയിൽ വിരിയുന്ന നിലാപൊട്ടുകളിൽ ഞാനൂളിയിടാറുണ്ട്.

പറഞ്ഞതിലേറെ പറയാതെ ബാക്കിയുണ്ട്. അവയെല്ലാം എന്റെ നിലാപൊട്ടുകളുടെ വെള്ളിവെളിച്ചം പതിക്കുന്ന മനസ്സിലെ ഇടനാഴികളിൽ ഞാൻ സൂക്ഷിച്ച് വച്ചിട്ടുണ്ട് ഇനിയങ്ങോട്ട് ജീവിക്കാൻ ...

ഈ സ്നേഹം എന്ന പരിപാടി കുന്തിരിക്ക മരത്തിലെ കുന്തിരിക്കോൽപാദനം പോലെയാണ്. ഒരിക്കൽ കുന്തിരിക്കം ഉണ്ടാക്കി തുടങ്ങിയാൽ പിന്നെ മരം വെട്ടി അതിലെ അവസാന തുള്ളി വെള്ളവും വറ്റുന്നത് വരെ ആ മരം കുന്തിരിക്കമുണ്ടാക്കും.

പക്ഷെ മുറിച്ചെടുക്കപ്പെടാതെ കെട്ടിനിൽക്കുന്ന കുന്തിരിക്കം മരത്തിനും ചുറ്റുമുള്ളവർക്കും ഒരു ബാധ്യതയാണ്. പതിയെ കുന്തിരിക്കോൽപാദനം കുറയും .അതൊഴിവാക്കാൻ ഒരൊറ്റ വഴിയേ ഉള്ളൂ. ഉണ്ടാകുന്ന കുന്തിരിക്കം അപ്പപ്പോൾ എടുത്ത് ആവശ്യകാർക്ക് കൊടുക്കുക.

അത്പോലെ തന്നെയാണ് സ്നേഹവും. അടക്കിപ്പിടിച്ച് മനസ്സിൽ പുണ്ണ് പിടിപ്പിക്കാതെ .. കൊടുത്തു കൊണ്ടേയിരിക്കുക. ആവശ്യമുള്ളവർ നമുക്ക് ചുറ്റിനും തന്നെയുണ്ട്. കണ്ണു തുറന്ന് ചുറ്റും നോക്കിയാൽ അവരെ കാണാം..

നമ്മൾ സ്നേഹിച്ച അല്ലെങ്കിൽ ആ സ്നേഹം നമ്മളിൽ ഉണ്ടാക്കിയെടുത്ത ഒരാൾ വിട്ട് പോവുമ്പോ കൊറേ പേര് പറയും ഓവർകം ചെയ്യാൻ, പിന്നെ പറയും മൂവ് ഓൺ ചെയ്യാൻ. പക്ഷെ സത്യത്തിൽ ഞാൻ ആ സ്നേഹത്തിൽ തന്നെയാണ് ജീവിച്ചത്.

എന്തിന് മൂവ് ഓൺ ചെയ്യണം!! എന്തിന് ഓവർ കം ചെയ്യണം!!

എന്നിൽ ഉളവാകുന്ന സ്നേഹം ഒരു മോശപ്പെട്ടകാര്യമല്ലല്ലോ .എന്റെ സ്നേഹം എന്റെ കരുതൽ എല്ലാം ഞാൻ അവളിലേക്ക് ഒതുക്കുകയായിരുന്നു. അത് അവൾക്കൊരു ബാധ്യതയാവുകയായിരുന്നു.

എത്ര വലിയ വേദനയിലും നഷ്ടപ്പെടലിലും സ്നേഹം ഉളവാകും, അത് തിരിച്ചറിയാൻ പഠിച്ചാൽ മതി. തിരിച്ചറിവുകൾ ഉണ്ടാകും. പക്ഷെ അതൊന്നും ആ സമയത്തെ മറികടക്കാനല്ലാ ..മറിച്ച് അതിനൊപ്പം സഞ്ചരിക്കാൻ ആണ് എന്നെ പഠിപ്പിച്ചത്. അത് തന്നെയാണ് വേണ്ടത് ..

ഞാൻ ആ കഥകളിക്കാരിയെ ഇന്നും ഓർക്കാറുണ്ട്..

ഒരു പക്ഷെ എന്നും.

കഴിഞ്ഞ പത്ത് വർഷത്തിനിടയിൽ എന്റെ ജീവിതത്തിൽ മിന്നിമറഞ്ഞ് പോയ താത്കാലിക ജീവനക്കാരിൽ പെടാത്ത ആ മുഖം മനസ്സിന്റെ കൽമണ്ഡപത്തിൽ ആഴത്തിൽ കൊത്തിവെച്ചിട്ടുണ്ട്.

ഞാൻ ഇന്നും അവളെ സ്നേഹിക്കുന്നുണ്ട്.

വീർപ്പുമുട്ടലുകളോ പല്ലിറുമ്മലുകളോ ഒന്നും തന്നെയില്ലാതെ ഞാൻ ഇന്നും അവളെ സ്നേഹിക്കുന്നുണ്ട് ഒരുപാട്. കാരണം അവൾ എന്നിൽ വിതച്ച സ്നേഹത്തിന്റെ വിത്തുകൾ ആയിരവും

പതിനായിരവും മേനി കൊയ്ത് ഇന്ന് പലരിലേക്കും എത്തപ്പെടുന്നുണ്ട്.

അവൾ എന്നെ തളർത്തുകയായിരുന്നില്ല. മറിച്ച് പുതിയ ഉദയങ്ങളും അസ്ഥമങ്ങളും കാണാൻ എന്നെ പഠിപ്പിക്കുകയായിരുന്നു.

എന്റെ സീലോണിലെ നദിക്കരയിൽ ഒന്നിച്ചിരുന്നും രാത്രിയിൽ നിറം വെക്കുന്ന നിലാപൊട്ടുകളിൽ പരസ്പരം ഊളിയിട്ടും ഒരു ദേശാടനക്കാലത്തിന്റെ മലമടക്കുകൾ പതിയെ ഇറങ്ങി ജീവിതത്തിന്റെ പരുഷമായ യാഥാർത്ഥ്യത്തെ മനസ്സിലാക്കിതരുകയായിരുന്നു.

ഒന്നുമല്ലാതിരുന്ന എന്നിലും ചില നൻമകൾ ഉണ്ടെന്ന് കാണിച്ച് തരുകയായിരുന്നു. തുറന്ന മനസ്സും ചിന്താഗതികളുമുള്ള ഒരു നല്ല മനുഷ്യനായി എന്നെ വളർത്തുകയായിരുന്നു.

14

ഗണിതശാസ്ത്രത്തിലെ പടനായകൻമാർ

കണക്ക് പരീക്ഷാ ഹാളിൽ തലക്ക് ചുറ്റും പറക്കുന്ന കിളികളെ ഭയന്ന് കാണാപ്പാടം പഠിച്ചു പോയ കണക്ക് പരീക്ഷകളായിരുന്നു അധികവും. എല്ലാ കൊല്ലവും വേനലവധി കഴിഞ്ഞ് സ്കൂൾ തുറക്കുമ്പോ കരുതും ഇത്തവണ മേത്സ് കലക്കണം എന്നൊക്കെ. ആദ്യത്തെ ചേപ്റ്റർ കഴിയുമ്പോഴേക്കും ആ വാഗ്ദാനം വെട്ടിപ്പോയ മിന്നലുപോലെ കാണാതാവും .

പിന്നെ പിന്നെ ടീച്ചർടെ ചൂരൽ വടിയിൽ നിന്ന് രെക്ഷപ്പെടാനുള്ള ഹോം വർക്കുകളും അസൈൻമെന്റുകളുമായി കണക്ക് മാറും.

മിഡ്ടേം പരീക്ഷ കഴിഞ്ഞ് പേപ്പർ കിട്ടുമ്പോ ഞാൻ വരച്ചതിലും കൂടുതൽ അടിവരകളും വൃത്തങ്ങളും ടീച്ചർ എന്റെ പേപ്പറിൽ വരച്ചിട്ടിരിക്കുന്നത് കാണാം. ഒറ്റനോട്ടത്തിൽ കണ്ടാ ടീച്ചർ എഴുതിയ പരീക്ഷാപേപ്പർ ഞാൻ നോക്കി മാർക്കിട്ടപോലെ തോന്നും. പിന്നെ അത് തരുമ്പോ ടീച്ചറുടെ മുഖത്ത് ഉണ്ടാകുന്ന ചിരി , ഞാൻ നന്നായി പഠിച്ച് പരീക്ഷ എഴുതിയിരുന്നേൽ ടീച്ചറെ ഇങ്ങനെ ചിരിപ്പിക്കാൻ പറ്റുവായിരുന്നോ എവടെ!! . അവരടെ സന്തോഷല്ലേ നമ്മടെ സന്തോഷം .

പക്ഷെ ഒന്നുണ്ട് എത്രയൊക്കെ മുക്കി മൂളിയാലും ഞാൻ ജയിക്കും. തോൽക്കാൻ എനിക്ക് മനസ്സുണ്ടായിരുന്നില്ല. തോൽപ്പിക്കാൻ ടീച്ചർക്കും .

അങ്ങനെ എസ് എസ് എൽ സി അവസാന പരീക്ഷക്ക് രണ്ട് മാസം മുമ്പ് തുടങ്ങുന്ന മോഡൽ പരീക്ഷയിലും ഞാൻ എന്റെ കഴിവ് തെളിയിച്ചു.

ആ കൊല്ലം എസ് എസ് എൽ സി സമ്പൂർണ വിജയം എന്ന സ്കൂളിന്റെ സ്വപ്നത്തിന് ഞാനുൾപ്പെടുന്ന ഒരു സംഘം വിപ്ലവ വാദികൾ വെല്ലുവിളിയാണെന്ന് കണ്ടെത്തി. പക്ഷെ എന്നെ തളർത്തിക്കളഞ്ഞത് മറ്റൊന്നായിരുന്നു. കൂടെ നടന്ന ചങ്കുകളിൽ ഒരുവൻ ഒഴികെ മറ്റെല്ലാരും മിനിമം മാർക്കിന് മുകളിൽ വാങ്ങി സേഫ് ആയി.

വിപ്ലവ വാദികൾക്കായി പിറ്റേന്ന് മുതൽ നാല്മണി വരെയുള്ള ക്ലാസ്സ് കഴിഞ്ഞ് കണക്ക് സാർ ജെയിംസ് മാഷിന്റെ വക സ്പെഷൽ ക്ലാസും തുടങ്ങി.

എന്റെയുള്ളിൽ പണ്ടെങ്ങോ മുള പൊട്ടിയ ഞാനൊന്നുമല്ലെന്നുള്ള ചിന്തകൾക്ക് വെള്ളവും വളവുമായിരുന്നു ആ ദിനങ്ങൾ. നാല് മണി കഴിഞ്ഞ് എല്ലാരും പോവുമ്പോ ഞങ്ങള് കുറച്ച് പേർ അനുഭവിച്ച ആത്മസംഘർഷവും, യുദ്ധം തോൽക്കുമെന്ന ഘട്ടത്തിൽ ഹിറ്റലർ അനുഭവിച്ച മനോവ്യധയും ഒന്നു തന്നെയായിരുന്നിരിക്കണം.

ജെയിംസ് മാഷ് ;കട്ടമീശ വെച്ച് ഷർട്ട് ഇൻ ചെയ്ത് വരുന്ന ജെന്റിൽമാൻ.

മാഷിന്റെ ക്ലാസ്സെടുക്കുമ്പോഴുള്ള ശൈലി ,വിനയം . ഇതൊന്നും നമുക്കൊരു കണക്കേയല്ല എന്ന ആത്മവിശ്വാസം അതായിരുന്നു വിജയ രഹസ്യം

മറ്റുള്ളവരെ പോലെ വെറും തടവ് പുള്ളികളായല്ലാ മാഷ് ഞങ്ങളെ കണ്ടത് മറിച്ച് ആ കുറഞ്ഞ ദിവസത്തിനുള്ളിൽ ജയിക്കുവാനുള്ള ചെറിയ സൂത്രവാക്യങ്ങൾ മാഷ് ഞങ്ങൾക്ക് മനപാഠമാക്കി , സ്ഥിരമായി വരുന്ന കണക്കുകൾ ,ഉത്തരം കണ്ടെത്താനുള്ള കുറുക്കുവഴികൾ, ചെറിയ മാർക്കുകൾ നേടാൻ വേണ്ടത് അങ്ങനെ തുടങ്ങിയെല്ലാം ആള് ഞങ്ങളെ പഠിപ്പിച്ചു.

അതിലും ഉപരി അഞ്ചാം ക്ലാസ്സ് മുതൽ കണക്കിൽ വീണ് പോയ അല്ലെങ്കിൽ തഴയപ്പെട്ട എന്നെ പോലെ ഉള്ളവർക്ക് അവസാന നിമിഷത്തിൽ വേണ്ടത് തോളിൽ തട്ടാൻ ഒരു കൈയാണ്, ഉണർത്താൻ രണ്ട് വാക്കുകളാണ് "നിന്നെ കൊണ്ട് പറ്റും". അത് ഉടനീളം മാഷിന്റെ

ക്ലാസ്സിൽ നിറഞ്ഞ് നിന്നിരുന്നു. ഒരുപക്ഷെ

മാഷ് പഠിപ്പിച്ചതിനേക്കാൾ കൂടുതൽ ഞങ്ങളെ പഠിക്കാൻ സഹായിച്ചത് ആ വാക്കുകളായിരിക്കും.

അതാണ് അവസാന പരീക്ഷയിൽ ബി ഗ്രേഡ് മേടിച്ച് പാസ്സാവാൻ എന്നെ സഹായിച്ചത് .

കുട്ടി ജെയിംസ് എന്ന് പലരും അദ്ദേഹത്തെ കളിയാക്കി വിളിക്കുന്നത് കേട്ടിട്ടുണ്ട്. പക്ഷെ ആ ചെറിയ ശരീരത്തിനുള്ളിൽ വലിയൊരു മനസ്സുണ്ട് മുഖത്ത് ആത്മവിശ്വാസത്തിന്റെ പുഞ്ചിരി വിടർത്താൻ കഴിവുള്ളൊരു മനസ്സ് .

പത്താം ക്ലാസ്സ് കഴിഞ്ഞ് പ്ലസ്‌വണ്ണിന് ആവേശവും വാശിയും മൂത്ത് എടുത്തത് സയൻസാണ് ആ കഥ പുറകെ പറയാം.

പക്ഷെ അവിടെ എനിക്ക് ഒളിയമ്പുകളും ചതിക്കുഴികളും ഒരുക്കി കാത്തിരുന്നത് ആൽഗോരിതംസും ഡിഫ്രൻസ്യൂഷനും ട്രിഗോമെട്രിയും ഇന്റഗ്രേഷനും ഒക്കെ അടങ്ങുന്ന വലിയ പടക്കുറുപ്പൻമാർ ആയിരുന്നു. അവിടെ രക്തം ചിന്തി മരിക്കാൻ വിസമ്മതിച്ച ഞാൻ തുടക്കത്തിലേ ആയുധം വെച്ച് കീഴടങ്ങി. അനുനയം അറിയിച്ചു. പിന്നെ ദൈവസഹായമെന്നോണം ഒപ്പമുള്ള രണ്ടു പേർ അനുനയത്തിൽ അവസാനം വരെ കൂടെ ഉണ്ടായിരുന്നു.

അങ്ങനെ കൊല്ലങ്ങളായി തുടർന്ന് പോരുന്ന സയൻസ് സമ്പൂർണ വിജയ പാരമ്പര്യത്തിന് വെല്ലുവിളികളായി വിപ്ലവ വാദികൾ വീണ്ടും ഉയർന്നു. അവിടേയും ഞങ്ങളെ ഇരുചെവി അറിയാതെ യുദ്ധഭൂമിയുടെ അഥിർത്ഥി കടത്താനായി ദൈവം ഒരു ദൂതനെ നിയോഗിച്ചു.

അനി ടീച്ചർ ഞങ്ങടെ കണക്ക് മിസ്സായിരുന്നു. എന്റെയും ചക്ക് അജ്ജിയുടെയും ടീച്ചറുടെയും വീടുകൾ തമ്മിൽ 3 കിലോമീറ്റരിലേറെ ദൂരമില്ലാതിരുന്നത്‌കൊണ്ടും പ്രത്യേകിച്ച് എന്റെ അമ്മയെ ടീച്ചർക്ക് നല്ലവണ്ണം അറിയാമായിരുന്നത് കൊണ്ടും അമ്മയെ കാണുമ്പോഴെല്ലാം ടീച്ചർ അപായ സൂചന കൊടുക്കുമായിരുന്നു.

ആ യുദ്ധഭൂമിയിൽ ഞാൻ തോറ്റു പോകുമെന്ന ഭയം അമ്മയെ അലട്ടിയിരുന്നു എന്നിട്ടും ഞാൻ കുലുങ്ങിയില്ല. കുലുങ്ങിയാലും കുത്തിക്കുലുക്കിയാലും കണക്കിലെ ലോജിക്ക് എന്റെ തലയിൽ കയറുമായിരുന്നില്ല എന്ന ബോധ്യം എനിക്കും ടീച്ചർക്കും ഒരുപോലെ

വന്നപ്പോ ടീച്ചറിലെ ദൂതൻ പ്രത്യക്ഷപ്പെട്ടു പറഞ്ഞു

"ദൈവകൃപ നിറഞ്ഞവനെ ബുദ്ധിമുട്ടുള്ള ചാപ്റ്റേഴ്സെല്ലാം വിട്ടേക്ക് നിനക്ക് ജയിക്കാൻ ഉള്ളത് മറ്റ് നാല് ചാപ്റ്റേഴ്സിൽ നിന്ന് കിട്ടും"

ആ നാല് ചാപ്റ്റർ ടീച്ചർ ഞങ്ങളെ അരച്ച് കലക്കി കുടിപ്പിച്ചു. ശനിയാഴ്ചകളിൽ നീളുന്ന സ്പെഷ്യൽ ക്ലാസുകൾ കൂടാതെ അടുത്തുള്ളവരെ സ്റ്റഡീ ലീവിന് വീട്ടിൽ വിളിച്ചിരുത്തി വരാൻ സാധ്യതയുള്ളതെല്ലാം പറഞ്ഞ് തന്നു ടീച്ചർ.. ടീച്ചറുടെ ഏറ്റവും വലിയ പ്രത്യേകത എന്താന്ന് വെച്ചാ ടീച്ചർ ഒരു കണക്കെടുത്താ അതിന്റെ അടി മുതൽ മുടി വരെ മനസ്സിലാക്കി തന്നിട്ടേ അടുത്ത കണക്കിലേക്ക് നോക്കൂ എന്നതാണ്.

ഒന്നുമറിയാത്ത ആൽഗോരിതവും ട്രിഗ്നോമെട്രിയും എന്റെ ബുദ്ധിക്ക് ഉതകും വിധം കുറച്ചെങ്കിലും മനസ്സിലാക്കി പഠിക്കാൻ സഹായിച്ചത് അനി ടീച്ചറാണ്.

ദൈവം എല്ലാം കാണുന്നുണ്ടെന്നേ... വഴികളെല്ലാം നഷ്ടപ്പെട്ട് രണ്ട് കൈകളും വിരിച്ച് പിടിച്ച് നിൽക്കുമ്പൊ ഏതെങ്കിലും ഒരു രൂപത്തിൽ അവന്റെ ദൂതൻ വരും, തോളിൽ തട്ടും കൈപിടിച്ച് നടത്തും.അതൊരു വെറും പ്രതീക്ഷ മാത്രല്ല ഒരു സാക്ഷ്യം കൂടിയാണ്.

അന്ന് പഠിച്ച ഇക്വേഷനുകൾ ഒന്നും എന്നെ ജീവിതത്തിൽ സഹായിച്ചിട്ടില്ല.

ജീവിതത്തിന്റെ ഇക്വേഷനും ആൽഗോരിതംസും ഓരോരുത്തർക്കും വേറെ വേറെയാണ്. ചിലർ അത് സ്വയം കണ്ടെത്തും വേറെ ചിലർ സഹായഹസ്ഥങ്ങൾ തേടും പക്ഷെ ഒന്നുമറിയാതിരുന്ന നേരത്ത് പോലും ഞാൻ അറിയാതെ എന്നെ സഹായിച്ച കൈകൾ എനിക്ക് ചുറ്റിനുമുണ്ട് ആ കൈകൾ ഇനിയും എന്നെയും നിങ്ങളെയും പിടിച്ച് കയറ്റും. തീർച്ച ..

15

നഗരം മഹാസാഗരം

വർക്കിന്റെ തിക്കും തിരക്കും ഒഴിയുമ്പോ, സങ്കടം വരുമ്പോ, നാടിനേം നാട്ടാരേം മിസ്സ് ചെയ്യുമ്പോഴൊക്കെ ഇവിടെ ഈ ട്ടറസിൽ വന്ന് മേപ്പോട്ടും നോക്കി നിൽക്കും. ഞങ്ങൾ താമസിക്കുന്ന പി.ജി. ഹോസ്റ്റലിന് നല്ല ഉയരമുണ്ട്. മുകളിൽ കയറി നിന്നാൽ പരന്ന് കിടക്കുന്ന നഗരക്കാഴ്ചകൾ കാണാനും മാത്രം ഉയരം.

അവിടെ മേഘങ്ങൾക്കിടയിൽ നാണം മറയ്ക്കുന്ന ചന്ദ്രനും , കണ്ടെന്ന് വരുത്തി കണ്ണു ചിമ്മുന്ന നക്ഷത്രങ്ങളും അന്തമില്ലാത്ത ആകാശവും നോക്കി നിൽക്കും. വെറുതെ നോക്കി നിൽക്ക മാത്രല്ല അവരടെ കൂടെ യാത്ര പോകും. കണ്ണ് കൊണ്ടും ശരീരം കൊണ്ടും എത്താൻ കഴിയാത്ത ദൂരങ്ങളിലേക്ക് എല്ലാം അവരെന്നെ കൊണ്ടോവും.

ദൂരങ്ങൾ താണ്ടി കുറച്ച് നേരം അമ്മയുടെ മടിയിൽ തല വെച്ച് കിടന്ന് അപ്പന്റെ കൂടെ പറമ്പിൽ കെടന്ന് നടന്ന് . ചേട്ടൻമാരുടെ കൂടെ സൊറ പറഞ്ഞിരുന്ന് . പിള്ളേരടെ കൂടെ ഓടികളിച്ച് . അങ്ങനെ അങ്ങനെ ... യാത്രയിലുടനീളം അവളെ മറന്ന് പോയതായി ഞാൻ നടിക്കാറുണ്ട്. പക്ഷെ എല്ലാറ്റിനുമൊടുവിൽ കണ്ണൊന്നടച്ച് തുറക്കുമ്പോ കാറ്റിൽ പറക്കുന്ന വെള്ള തുള്ളികൾ അവളുടെ നനവുള്ള ഓർമ്മകളെ പിന്നേയും തൊട്ടു നോവിക്കും. പക്ഷെ ആ കണ്ണു തുറക്കുമ്പോ ഞാൻ കാണുന്ന കാഴ്ചകളെല്ലാം ഒരു പുതിയ മനുഷ്യന്റേതായിരുന്നു . ഒരുപക്ഷെ ആ പുതുമ തന്നെയാകും വലിയ ആ നഗരത്തെ യൗവനത്തിൽ നിലനിർത്തുന്നത് .

അവിടെ നര ബാധിച്ച മുടിയിഴകളെ വകവക്കാത്ത മനുഷ്യരാണധികവും.

ആകാശം മുട്ടാനായി വെമ്പുന്ന യൗവനയുക്തരായ കെട്ടിടങ്ങൾ. പകലിലെ ചൂടിനെ ശമിപ്പിക്കാൻ രാത്രിയിലെ ഇളം കാറ്റ്. രാത്രിയിൽ ഉറക്കമുണരുന്ന സ്ട്രീറ്റ് ലൈറ്റുകൾ അങ്ങ് കണ്ണെത്താ ദൂരെ മിന്നാമിന്നി കൂട്ടമായി തെളിയുന്ന ഹെലിപ്പാട് ലൈറ്റുകൾ അങ്ങനെ വർണശബളമാണിവിടുത്തെ രാത്രികൾ. പകലുകൾ അധികവും ഞങ്ങൾ മുറികളിൽ ആണ് ചെലവഴിക്കുക.

അഞ്ച് കംപ്യൂട്ടർ ഒരേ സമയം പ്രവർത്തിക്കുന്ന രണ്ട് റൂമുകൾ. കർണാടക ലോക്ക്ഡൗൺ പ്രഖ്യാപിച്ചതോടെ കംമ്പിനി അടച്ചു. വീട്ടിലേക്ക് തിരിച്ച് പോകാൻ ബോർഡർ അടച്ചിരിക്കുന്നത് കൊണ്ട് സാധിക്കില്ല എന്നായി. ബസിലും ട്രെയ്നിലും ആളുകൾ നാട്ടിലേക്ക് പോവുന്നുണ്ട്. പക്ഷെ ഞങ്ങൾക്ക് എല്ലാർക്കും ബൈക്ക് ഉണ്ട്. അതും കൊണ്ട് അതിർത്ഥി കടക്കുന്നത് ദുസ്സഹമായതിനാൽ നിയമങ്ങൾ ഒന്നഴയുന്നത് വരെ ഞങ്ങൾ അവിടെ റൂമിലിരുന്ന് വർക്ക് ചെയ്തു.

ബാഗ്ലൂർ മുൻപ് പല തവണ പോയിരുന്നെങ്കിലും കൈയിൽ പണമില്ലാത്തതിനാലും ജോലിയില്ലാത്തതിനാലും ബാഗ്ലൂരിനെ തൊട്ട് തലോടി തിരികെ പോരാറാണ് പതിവ്. പക്ഷെ ഇത്തവണ ജോലിയുമുണ്ട് അതോണ്ട് കാശും ഉണ്ട്. പക്ഷെ ഞങ്ങൾ എത്തി മൂന്നാമ്മത്തെ ആഴ്ച തൊട്ട് അവിടെ ലോക്ക് ഡൗൺ ആയി.

അത് കൊണ്ട് തന്നെ അവിടെ അതിരാവിലേ എണീറ്റാൽ മുന്തിരി തോട്ടങ്ങളിൽ ചെന്ന് രാപാർക്കാൻ ഒന്നും പറ്റില്ലെങ്കിലും അന്നത്തെ ഓട്ടം ഓടി തുടങ്ങാൻ തയ്യാറെടുക്കുന്ന നഗരത്തിന്റെ ത്രസിപ്പിക്കുന്ന വഴിയോരക്കാഴ്ചകൾ കാണാം. കാലിൽ ഷൂസും കളസവും വലിച്ച് കേറ്റി പ്രായത്തെ ഓടി തോൽപ്പിക്കുന്ന അറുപത്കാരും. വെള്ളത്തിൽ വെച്ച ഉള്ളംകൈ പോലെ തിളങ്ങുന്ന നിത്യ സുന്ദരിമാരും.

കുടവയർ കുത്തി കുലുക്കുന്ന പുലികളും ആണ്ടിലൊരിക്കൽ ഐശ്വര്യത്തിന്റെ ഇരുപറ വയറുമായെത്തുന്ന മാവേലിയും എല്ലാം കേരളീയ ശരീര സൗന്ദര്യത്തിന്റെ മാത്രം അവകാശ സൃഷ്ടികളാണെന്ന് അവിടെ നിന്നാൽ തിരിച്ചറിയും.

നഗരവത്കൃതമെന്നും ഉപഭോഗ സംസ്കാരമെന്നും എല്ലാം എത്ര അടച്ചാക്ഷേപിച്ചാലും, മെച്ചപ്പെട്ട ഒരു ജീവിതത്തിന് ആരോഗ്യമാണ്

അടിസ്ഥാനമെന്ന് ആദ്യമേ തിരിച്ചറിഞ്ഞതും നഗരങ്ങളിലായിരിക്കണം.

ഇന്ന് ഗ്രാമങ്ങളിലേക്ക് ചേക്കേറുന്ന ജിംനേഷ്യങ്ങളും ഫിറ്റ്നസ്സ് സെന്ററുകളും വേരുകൾ ഊന്നുന്നത് നഗരങ്ങളിലേക്കാണ്.

ഒരു നാണയത്തിന്റെ ഇരുവശം പോൽ വിചിത്രമാണ് ആ നഗരം . പകലിനും രാത്രിക്കും പല മുഖങ്ങളാണ് ഓരോ ദിവസവും.

ഇവിടെ തെരുവ് നായകൾക്ക് ബിസക്കറ്റിട്ട് കൊടുക്കുന്നവരുമുണ്ട് രാത്രി അതിനെ കല്ലെടുത്തെറിയുന്നവരുമുണ്ട് .നഗരത്തിന്റെ ഒരു മുഖത്ത് സമ്പന്നതയും മറുവശത്ത് സ്വാർത്ഥതയുമാണ് എന്ന് തോന്നിപ്പോവും.

ഇവിടെ പൊടിയുന്ന വിയർപ്പിന് പോലും മഞ്ഞ നിറമാണ് ചൂടറിയാതെ ദാഹം കൂട്ടുന്ന വെയിലും. ഉയർന്ന കെട്ടിടങ്ങൾക്കും ടെലിഫോൺ ടവറുകൾക്കും മീതെ പാറി പറന്ന് നടക്കുന്ന പരുന്തും, രാത്രിയുടെ യാമങ്ങളിൽ പോക്കറ്റിൽ കൈയിടുന്നവരും, കഴുത്തിൽ കത്തി വെക്കുന്നവരും, തീ കാഞ്ഞു ദുരിതങ്ങളെ അഹാരമാക്കുന്നവരും ഇഞ്ചോടിഞ്ച് വെത്യാസത്തിൽ പായൽ പോലെ പടർന്ന് വാഴുന്ന ബാഗ്ലൂർ നഗരാഥിർത്ഥിയിലെ കാഴ്ചകളാണ് എന്റെ മുന്നിൽ ഓരോ ദിവസവും തെളിയുന്നത്. ഞങ്ങൾ താമസിച്ചിരുന്നത് സിറ്റിക്കുള്ളിലല്ല മറിച്ച് ഏതാണ്ട് ബാഗ്ലൂർ അതീർത്ഥിയോട് ചേർന്നാണ്.

നഗരം ആധുനികമാണെന്ന് പറയുമ്പോഴും ഒരു കൈപാങ്ങകലെ ആ നഗരവൃത്തത്തിനു പുറത്തുള്ള കാഴ്ചകൾ പലപ്പോഴും അസഹ്യമാണ്. അഴുക്കുചാലുകൾ വൃത്തിഹീനമാക്കുന്നത് നഗരാതിർത്ഥിയെയാണ്. മനുഷ്യരും തെരുവ് നായ്ക്കളും പന്നിക്കൂട്ടങ്ങളും അരങ്ങ് വാഴുന്ന ഒരിടം. ഇത് കാണുമ്പോൾ തോന്നും മനുഷ്യൻ സഞ്ചരിക്കുന്നത് മുന്നോട്ട് തന്നെയാണോ എന്ന്?.

ഇവിടെ നിന്നും നോക്കെത്താ ദൂരത്തോളം പരന്ന് കിടക്കുന്ന കെട്ടിട സമുചയങ്ങളും മെട്രോ റെയിലും മേൽപ്പാലങ്ങളും പണി തീർക്കുന്ന സമ്പന്നായ മനുഷ്യർ ഒരു വശത്ത് .

അതേ റെയിൽ പാതക്ക് താഴെ കെട്ടി നിൽക്കുന്ന വെള്ളക്കെട്ടിന് സമീപം കുടിൽ കെട്ടി താമസിക്കുന്ന ഒരു വിഭാഗം മറ്റൊരു വശത്ത് . മേൽപ്പാലങ്ങളുടെ സമ്പന സവർണ കൈകളിൽ നിന്നും വലിച്ചെറിയപ്പെടുന്ന അപ്പക്കഷ്ണങ്ങൾ ചെന്ന് പതിക്കുന്നത് ഈ

കെട്ടി നിൽക്കുന്ന വെള്ളക്കെട്ടിലാണ് .അത് ഭക്ഷിക്കാൻ വരുന്ന പന്നിയും പട്ടിയും പരുന്തും . അവിടെ നിന്നും ഉയരുന്ന സുഗന്ധം പക്ഷെ മെട്രോ റെയിലിനുള്ളിലെ വൈറ്റ് കോളർ മനുഷ്യനിലേക്ക് എത്താതെ പോകുന്നു. സത്യത്തിൽ രാജ്യത്തെ പ്രതിനിതീകരിക്കുന്ന ഒരു നഗരം. ഇവിടെ സംഭവിക്കേണ്ടത് വികസനം എന്ന കാപട്യം നിറഞ്ഞ ഒരു പദം തന്നെയാണോ! മറിച്ച് തുല്യ നീതിയിലേക്കോ തുല്യ വിദ്യാഭ്യാസത്തിലേക്കോ വഴി വെക്കുന്ന പാതകളാണോ വെട്ടിത്തെളിച്ച് എടുക്കേണ്ടത്.

അവിടെ നിറഞ്ഞ് നിൽക്കുന്ന മത്ത് പിടിപ്പിക്കുന്ന മഞ്ഞ നിറം മാറി പച്ചയും നീലയും നിറഞ്ഞ് നിൽക്കുന്ന ഒരു ഭൂമികയും ആകാശവും കെട്ടിപ്പടുക്കേണ്ടിയിരിക്കുന്നു. അവിടെ ആ ടെറസ്സിൽ ചെന്ന് നിന്നാൽ ഓരോ ദിവസവും ഇത് പോലെ നിലത്ത് വീണുടയാൻ കെൽപ്പുള്ള നഗരപൊങ്ങച്ചത്തിന്റെ മുഖങ്ങൾ ഒരുപാട് കാണാം.

ഇതൊന്നുമല്ലാത്തൊരു തിരക്ക് പിടിച്ച, നിറങ്ങൾ വാരിവിതറുന്ന ബാഗ്ലൂരിനെ അനുഭവിച്ചറിയുവാൻ എനിക്ക് സാധിക്കും മുമ്പേ നാട്ടിലേക്ക് തിരിക്കേണ്ടി വന്നു. ഏതൊരു സ്ഥലവും അതിന്റെ വശ്യതയാർന്ന കണ്ണുകളാൽ എന്നെ വലവീശി പിടിക്കാറുണ്ട്. പക്ഷെ ഞാൻ വീണ്ടും ആ ഉമ്മറക്കോലായിലെ ചാരുകസേരയിലേക്ക് ജീവിതം തിരികെയെത്തുന്നതും കാത്തു നിൽക്കും.

സ്വന്തം വേരുകളോളം വർണം പടരുന്ന ഒരു സ്ഥലവും ഈ ഭൂമിയിലില്ല. അത് കൊണ്ടായിരിക്കണം ഏത് നഗരത്തിലെത്തിയാലും അവിടുത്തെ കാട്ടിക്കൂട്ടലുകൾക്കൊടുവിൽ അവയെല്ലാം ആസ്വദിച്ച് പതിയെ ഞാനെന്റെ വേരുകൾ തേടി പോവുന്നത്.

16
സ്വപ്നവാഹകർ

ചെറുപ്പം മുതൽക്കേ അറിഞ്ഞും അറിയാതെയും മനസ്സിൽ കയറി കൂടുന്ന സ്വപ്നങ്ങളുണ്ടല്ലോ ഒരുപാട് : അതൊരു പിറന്നാൾ സമ്മാനമായാലും, കരഞ്ഞ് ബെഹളം വച്ച് മേടിക്കുന്ന ഒരു കേരം ബോർഡ് ആയാലും സന്തോഷം വില മതിക്കാനാകാത്തതാണ്.

സ്വപ്നങ്ങൾ കാലഘട്ടത്തിനനുസരിച്ച് വളർന്ന് കൊണ്ടിരിക്കും. വളരണം! സ്വപ്നങ്ങളില്ലാത്ത മനുഷ്യൻ ജഡത്തിന് തുല്യനാണ്. അത് കൊണ്ട് തന്നെ ഒരു അളവുകോലും വെക്കാതെ സ്വപ്നം കാണണം. കാരണം എന്തും നേടിയെടുക്കാൻ കഴിയുന്നതും , കറുപ്പെന്നോ വെളുപ്പെന്നോ, സമ്പന്നനെന്നോ ദരിദ്രനെന്നോ ഒരു ചേരിതിരിവും ഇല്ലാത്ത മനോഹരമായ ലോകം കെട്ടിപ്പടുക്കാൻ സാധിക്കുന്നതും സ്വപ്നങ്ങളിൽ മാത്രമാണ്.

സ്വപ്നം കാണാൻ നമ്മളെ ആരും പഠിപ്പിക്കേണ്ടതില്ലല്ലോ..

പക്ഷെ കണ്ട സ്വപ്നം മറന്ന് പോകാതിരിക്കാൻ സഹായിക്കുന്ന ചില ആദൃശ്യരായ മനുഷ്യരുണ്ട് നമുക്ക് ചുറ്റിനും . നമ്മൾ കഴിഞ്ഞാൽ നമ്മുടെ ആ സ്വപ്നത്തെ അത്രത്തോളം ആഴത്തിൽ നെഞ്ചിലേറ്റി അത് നിറവേറും വരെ കൂടെ കട്ടക്ക് നിൽക്കുന്നവർ.. വേറൊരു വിഭാഗക്കാരുണ്ട് നമ്മൾ പോലുമറിയാതെ ആ സ്വപ്നമങ്ങ് സാക്ഷാത്കരിച്ച് കയ്യിൽ തരുന്നവർ . ഈ രണ്ട് കൂട്ടർക്കും ഒരറ്റ പേരെ ഉള്ളൂ : സ്വപ്നവാഹകർ.

നമ്മൾ പോലും മറന്ന് തുടങ്ങുന്ന സ്വപ്നങ്ങളെ ചേർത്ത് പിടിക്കുന്നവർ . മടി പിടിച്ചിരിക്കുമ്പോ എഴുന്നേറ്റോടാനുള്ള ഊർജ്ജം തരുന്നവർ . ചുറ്റിനും നോക്കുമ്പോ എന്റെ ജീവിതത്തിലും നിറഞ്ഞ്

നിൽക്കുന്ന അവരുടെ സാന്നിദ്ധ്യമുണ്ട്.

ഒരു ലിസ്റ്റെടുത്താൽ മുൻപന്തിയിൽ ഒന്നും രണ്ടും നിരകളിലായി സ്ഥാനം പിടിക്കുന്നത്. അപ്പച്ചനും അമ്മയും ചേച്ചിയും തന്നെയാണ്.

ജീവിതത്തിന്റെ ഒന്നാം നിലാവിലും രണ്ടാം നിലാവിലും കണ്ട് കൂട്ടുന്ന സ്വപ്നങ്ങൾക്ക് കൈയും കണക്കും ഉണ്ടാവില്ലല്ലോ! പക്ഷെ എന്റെ ആ കാലഘട്ടത്തിൽ ഞാൻ കണ്ട സ്വപ്നങ്ങളും ആഗ്രഹങ്ങളും എല്ലാം അവരെനിക്ക് സാധിച്ച് തന്നിട്ടുണ്ട്.. പലതും സാമ്പത്തികമായി എത്തിപ്പിടിക്കാൻ കഴിയാത്തത ഉയരത്തിൽ നിൽക്കുന്നവയായിരുന്നു. പക്ഷെ കിട്ടുന്നതിൽ നിന്ന് മിച്ചം വെച്ച് അവരതങ്ങ് സാധിച്ച് തരും. ചിലപോ വാശി പിടിക്കേണ്ടിവരും കരഞ്ഞ് ബഹളം വെക്കേണ്ടി വരും, കാലങ്ങളോളം കാത്തിരിക്കേണ്ടി വരും പക്ഷെ അത് സാധിച്ച് തന്നിരിക്കും.

ഇല്ലായ്മയുടെ നടുവിലും കെട്ട് പൊട്ടി സ്വപ്നങ്ങളിലേക്ക് പറന്ന് കയറുന്ന എന്നെ എവിടെയും തളച്ചിടാൻ അവർ ശ്രമിച്ചിട്ടില്ല. അത് തന്നെയാണ് എന്റെ നേട്ടങ്ങൾക്ക് പിന്നിലെ രഹസ്യം..

ഞാൻ പലപ്പോഴും ചിന്തിച്ചിട്ടുണ്ട് ഒരു കടമ മാത്രമായിരുന്നെങ്കിൽ അവർക്ക് എന്നേ എന്റെ സ്വപ്നങ്ങൾക്ക് വേണ്ടിയുള്ള പ്രയത്നം മടുത്ത് തുടങ്ങിയേനേ. പക്ഷെ ഓരോ പുതിയ ആഗ്രഹങ്ങളും അവരുമായി പങ്ക് വെയ്ക്കുമ്പോ അതിന്റെ നല്ല വശവും ചീത്ത വശവും പറഞ്ഞ് തന്ന് എന്നെ വഴിതെളിച്ച് അതേ വഴിയിലൂടെ എനിക്കൊപ്പം സഞ്ചരിക്കുന്ന അപ്പച്ചനും അമ്മയും ചേച്ചിയും ആണ് എന്റെ ജീവിതത്തിലേ ഏറ്റവും മുൻ നിരയിലെ സ്വപ്നവാഹകർ. പിന്നീടങ്ങോട്ട് നീളുന്ന ലിസ്റ്റിൽ ഒത്തിരി പേരുണ്ട്.

ജീവിതത്തിലാദ്യമായി ഒരു പിറന്നാൾ സമ്മാനം എന്റെ കൈയിലേക്ക് വച്ച് തരുന്നത് ഐജേട്ടനാണ്. ഒരു ടീ-ഷർട്ട് .അത്രയും കാലം ആരിൽ നിന്നെങ്കിലും ഒരു പിറന്നാൾ സമ്മാനം കിട്ടിയിരുന്നെങ്കിൽ എന്നാഗ്രഹിച്ച എന്റെ കുട്ടിക്കാല സ്വപ്നത്തെ സാക്ഷാത്കരിക്കാൻ ഞാൻ പോലുമറിയാതെ ഐജേട്ടൻ വന്നു. മൂത്ത അച്ചന്റെ മോനാണെങ്കിലും എനിക്ക് എന്റെ മൂത്ത ചേട്ടനോടുള്ള സ്വാതന്ത്ര്യവും ബഹുമാനവും ആണ് ഐജേട്ടനോട്. ഏത് ആഗ്രഹത്തിനും മറ്റെല്ലാ വഴിയും അടഞ്ഞാൽ ഞാൻ ചേട്ടനോട് പറയും ചേട്ടൻ എതേലും വഴിക്ക് സഹായിക്കും എന്നത് എന്നിൽ

ചെറുപ്പം മുതലേ ഉറച്ച് കിടക്കുന്ന വിശ്വാസമാണ്.

അഞ്ചാം തരത്തിലെ ഏറ്റവും വലിയ ആഗ്രഹമായിരുന്ന വീഡിയോ ഗെയിം കൺസോൾ വാങ്ങാനായി വീട്ടിൽ ചോദിച്ച് നോക്കിയെങ്കിലും അന്ന് അവർക്ക് ഒറ്റയടിക്ക് താങ്ങുന്നതിനും അപ്പുറത്തായിരുന്നു അതിന്റെ വില. പക്ഷെ നീണ്ട കാത്തിരിപ്പിനൊടുവിൽ എന്റെ ആദിക്കുർബ്ബാന സ്വീകരണത്തിന് അതേ സ്വപ്നം എന്റെ കൈയിൽ വച്ച് തരുന്നത് അയൽപക്കത്തെ ആന്റണി ചേട്ടനും ബീന ചേച്ചിയുമാണ്. ചെറുപ്പം മുതൽക്കേ അവരുടെ വീട്ടിലെ സ്ഥിരം കുറ്റിയായിരുന്നു ഞാൻ.. ആദ്യമായി ലാപ്ടോപ്പിൽ ഒരു ഗെയിം കളിക്കുന്നത് ആന്റണി ചേട്ടന്റെ ലാപ്പിലാണ്.

വർഷങ്ങൾക്കിപ്പുറം ഒത്തിരി താലോലിച്ച് കൊണ്ട് നടന്നിരുന്ന ഒരു സ്വപ്നമായിരുന്നു ഒരു ജി-ഷോക്ക് വാച്ച്. അന്നത്തെ അപ്പന്റെ ശമ്പളത്തിന്റെ മൂന്നിൽ ഒരു ഭാഗം വേണ്ടിവരുമായിരുന്നു അത് മേടിക്കാൻ . അതാറിയാവുന്നത് കൊണ്ട് ഞാൻ വീട്ടിൽ പറഞ്ഞില്ല. ജോലിയൊക്കെ കിട്ടി കഴിഞ്ഞ് വേടിക്കാമെന്ന് വിചാരിച്ച് വർഷങ്ങൾക്കപ്പുറത്തേക്ക് തള്ളി വെച്ച ഒരു സ്വപ്നം പെട്ടന്നൊരു ദിവസം എന്റെ കൈയിലേക്ക് വച്ച് തരുന്നത് എന്റെ മൂന്നാമത്തെ ചേട്ടനാണ്: അനീഷ് ചേട്ടൻ . എന്റെ രണ്ടാമത്തെ അച്ചന്റെ മകനാണ്. ഇനി ഒരു കക്ഷി കൂടിയുണ്ട് അനൂപ് ചേട്ടൻ രണ്ട് പേർക്കുമിടയിലെ നടുക്ഷണം.

എന്റെ മനസ്സിൽ എന്നും സ്വന്തം ചേട്ടൻമാരുടെ സ്ഥാനത്ത് നിലയുറപ്പിച്ചിരിക്കുന്ന, എന്തും തുറന്ന് പറയാൻ സ്വാതന്ത്രമുള്ള ഇവർ മൂന്ന് പേരും എന്റെ സ്വപ്നങ്ങളിൽ വളരെയേറെ സ്വാധീനം ചിലത്തിയ വ്യക്തിത്വങ്ങളാണ്. ബുള്ളറ്റെന്ന വലിയ സ്വപ്നം എന്റെ മനസ്സിൽ മുളപൊട്ടുന്നത് ഇവരിൽ നിന്നാണ്. ഡ്രൈവിങ് പഠിക്കണമെന്ന് ഒത്തിരി ആഗ്രഹമുണ്ടായിരുന്ന എന്റെ കൈയിലേക്ക് ഒന്ന് ചോയിക്കപ്പോലും ചെയ്യാതെ ജീപ്പിന്റെ താക്കോൽ വച്ച് തന്ന് വണ്ടി എടുക്കാൻ പറയുന്നതും ഐജേട്ടനാണ്.

അങ്ങനെ നീളുന്ന കഥകൾ.

ചിന്തിച്ചെടുക്കുമ്പോ നിസ്സാരമെന്ന് മറ്റുള്ളവർക്ക് തോന്നി പോകുന്ന പലതും നമുക്ക് ജീവിത ലക്ഷ്യങ്ങൾ തന്നെയാണ്. ആ നിസ്സാരമായ സ്വപ്നത്തിന്റെ പോലും കൂടെ നിന്ന് സപ്പോർട്ട് ചെയ്യുന്ന ഒരു കൂട്ടർ.

വളർത്തിയെടുക്കുന്ന നല്ല സൗഹൃദങ്ങൾ ഈ കൂട്ടത്തിൽ മുൻ നിരയിൽ കാണാം.

ഒന്നും തിരിച്ച് കിട്ടുമെന്ന് പ്രതീക്ഷിക്കാതെ ആ സ്വപ്നം നേടിയെടുക്കാൻ സഹായകമാകും വിധം ജീവിതത്തിലേക്ക് കടന്ന് വരുന്ന അതിഥികൾ . അവരത് കഴിഞ്ഞ് ഒരു നന്ദിവാക്കിന് പോലും കാത്ത് നിൽക്കാതെ അപ്രത്യക്ഷരാകും. സ്നേഹം മാത്രം മുന്നിൽ കണ്ട് കൊണ്ട് മറ്റുള്ളവരുടെ സ്വപ്നത്തിന് വേണ്ടി പരിശ്രമിക്കുകയും അത് നേടി കഴിയുമ്പോ മതി മറന്ന് നമ്മോടൊപ്പം സന്തോഷിക്കുകയും ചെയ്യുന്ന ഒരു കൂട്ടം മനുഷ്യർക്ക് എന്ത് പകരം നൽകിയാൽ മതിയാകും??

ഒന്നേ പകരം നൽകാൻ കഴിയൂ .മുന്നിൽ വരുന്ന ഓരോ മനുഷ്യനിലും അവരെ കാണാൻ ശ്രമിക്കാം. എന്നിട്ട് നിസ്സാരമെന്നും, പാട് പെട്ടതെന്നും സമൂഹം മുദ്രകുത്തുന്ന അവരുടെ സ്വപ്നത്തെ തിരിച്ചറിയാൻ ശ്രമിക്കാം. അതിന് ഉതകും വിധം സഹായങ്ങൾ ചെയ്യാം. ഇനി അതിനും സാധിക്കില്ലെങ്കിൽ മനസ്സ് കൊണ്ട് പ്രാർത്ഥിച്ചും വാക്കുകൾ കൊണ്ട് പ്രശംസിച്ചും ആശ്വസിപ്പിച്ചും അവരെ മുന്നോട്ട് നയിക്കാം.. അവരുടെ വിജയങ്ങളിൽ മതിമറന്ന് സന്തോഷിക്കാം.

17

നിലാപൊട്ടുകൾ

ഓർമ്മ വെച്ച കാലം മുതൽക്കേ പ്രതീക്ഷകളുടെയോ ലക്ഷ്യങ്ങളുടെയോ മാറാപ്പ് കെട്ടുകൾ സ്വന്തമായി ഇല്ലാതെയാണ് ഞാൻ സഞ്ചരിച്ചത്. അത് നഷ്ടമോ നേട്ടമോ എന്ന് ഇന്നാലോചിക്കുമ്പോഴും തിരിച്ചറിയാൻ സാധിക്കാറില്ല. ഒരു സമയം മുന്നിൽ കാണുന്ന പ്രകാശദൂരം മാത്രം സഞ്ചരിക്കുക എന്നതായിരുന്നു പോളസി. അതും വെറുതെ സഞ്ചരിച്ചാൽ പോരാ ചുറ്റും കാണുന്നതും കേൾക്കുന്നതും സ്പർശിക്കുന്നതും എല്ലാം അനുഭവിച്ച് അതിനിടയിലൂടെ സഞ്ചരിക്കുക..

സ്വർഗ്ഗത്തിലേക്കുള്ള വഴി കല്ലും മുള്ളും മുന്തിരിച്ചെടികളും നിറഞ്ഞതാണെന്ന് കേട്ടിട്ടില്ലേ?

ഒന്നാലോചിച്ചാ ഓരോരോ ജീവിതങ്ങളും സ്വർഗ്ഗതുല്യമല്ലേ? കല്ലും മുള്ളും ചവിട്ടിക്കയറിയും വഴിയരികിലെ മുന്തിരിപ്പഴങ്ങൾ പൊട്ടിച്ച് തിന്ന് വിശപ്പടക്കിയും അല്ലേ എല്ലാരും ജീവിക്കണേ ..

അങ്ങനെ സ്വർഗ്ഗതുല്യമായ ജീവിതത്തിലെ വിലമതിക്കാനാകാത്ത നിമിഷങ്ങളെ വെറുതെ അങ്ങ് വേസ്റ്റ് ആക്കി കളയാതെ ഓർത്തെടുക്കാൻ പാകത്തിന് ഒരു പൂവോ ചെടിയോ വെച്ച് ഒന്ന് അലങ്കരിച്ച് വെക്കാൻ ശ്രമിക്കാം. കാരണം രാത്രിയിൽ വിരിയുന്ന നിലാപൊട്ടുകൾ അല്ലെങ്കിൽ ഒന്നും പങ്കെയ്ക്കാനില്ലാതെ വിഷാധരായി ഉറക്കത്തെ വിളിച്ച് വരുത്തും.

ഞാൻ ഇത്തിൽക്കണ്ണികളിൽ പറഞ്ഞത് പോലെ ചേർത്ത് നിർത്താൻ ഒരു നല്ല സൗഹൃദവലയം നിങ്ങൾക്കുണ്ടെങ്കിൽ നിങ്ങൾ പാതിസമ്പന്നനാണ്. കാരണം ഒന്നാം നിലാവും രണ്ടാം നിലാവും

കടന്ന് മൂന്നാം നിലാവിലേക്ക്, ജീവിതത്തിന്റെ പരുപരുത്ത മണൽപാതയിലേക്ക് നീങ്ങുമ്പോ ഓരോരുത്തരും ഒറ്റക്കായി പോവും. സൗഹൃദ ചങ്ങലകൾ മുറിഞ്ഞു പോവും.

പക്ഷെ അവിടെ അന്തം കാണാത്ത ആ മരുഭൂമിയിൽ ദാഹിച്ച് തളരുമ്പോ ഒരു ദാഹശമനി പോലെ ദൂരെ കാണുന്ന മുരുപ്പച്ചയായി തോന്നുന്നത് , നമ്മൾ ചേർന്ന് നിന്ന് മെനഞ്ഞെടുത്ത കുറേ നല്ല നിമിഷങ്ങളുടെ ഓർമ്മകളായിരിക്കും. അത് നമ്മളെ ചിരിപ്പിക്കും കണ്ണുകളെ ഈറനണിയിക്കും . പക്ഷെ അതിൽ നിന്നും കിട്ടുന്ന കരുത്തിൽ പിന്നെയും നാലടി മുന്നോട്ടുവയ്ക്കാൻ കഴിയും.

മുന്നിലേക്ക് കാണുന്ന പ്രകാശത്തിൽ ഉരുതിരിഞ്ഞെത്തുന്ന ലക്ഷ്യബോധങ്ങൾ ഒരുപാടുണ്ടായിരുന്നു ജീവിതത്തിൽ . മറ്റൊരർത്ഥത്തിൽ ആഗ്രഹങ്ങൾ , കൊച്ചു കൊച്ചു സ്വപ്നങ്ങൾ . ഒന്നും നാളേക്ക് മാറ്റി വയക്കരുത് എന്ന പ്രകൃതക്കാരനാണ് ഞാൻ .

ആഗ്രഹിക്കുന്ന കാര്യങ്ങൾ അപ്പൊ തന്നെ ചെയ്യുക. നാളെ എന്നത് ഒരുറപ്പും ഇല്ലാത്ത ഒരു പദമല്ലെ? കഴിവതും നിമിഷങ്ങളെ ഫോട്ടോ എടുത്തു സൂക്ഷിക്കും പോലെ ഫലപുഷ്ടിയുള്ള ഓർമ്മകളാക്കി മാറ്റുക .

പിന്നെ ആഗ്രഹങ്ങളും സ്വപ്നങ്ങും നേടാനായി തുനിഞ്ഞിറങ്ങുമ്പോ ചിലപ്പോ വർഷങ്ങളുടെ കാത്തിരിപ്പായിരിക്കും ഫലം. ആദ്യമായി ഒരു കമ്പ്യൂട്ടർ സ്വന്തമാക്കാൻ മൂന്ന് വർഷം കാത്തിരുന്ന പോലെ. അല്ലെങ്കിൽ നിരാശയോടെ മടങ്ങേണ്ടിവരുന്ന സ്വപ്നങ്ങൾ : ആഗ്രഹിച്ച് സിനിമയ്ക്ക് പോയിട്ട് ടിക്കറ്റ് കിട്ടാത്ത അവസ്ഥ. പക്ഷെ മടുപ്പ് തോന്നിയിട്ടില്ല. സ്വന്തം സ്വപ്നത്തിൽ മടുപ്പ് തോന്നിയാൽ പിന്നെ ആരുടെ സ്വപ്നത്തിന്റെ പുറകെ പോകും. ആരുടെ നിലാപൊട്ടുകളിൽ ഇടം കണ്ടെത്തും.

മുന്നോട്ട് വെളിച്ചം കാണാത്ത മൂന്നാം നിലാവിന്റെ യാമങ്ങളിൽ ഇനിയെത്? എന്ന ചോദ്യം മനസ്സിലുടക്കി കണ്ണു നിറഞ്ഞ് നിന്നിട്ടുണ്ട്. ഒരുപാട് തവണ. അപ്പോളെല്ലാം ഏതെങ്കിലും നിലപൊട്ടിന്റെ കെട്ട് പൊട്ടിച്ച് അവ എന്നിലേക്ക് ചൊരിയും, അത്രയെയും ഓർക്കാതെ പോയ മുഖങ്ങളോ സ്ഥലങ്ങളോ അങ്ങനെ എന്തേലും . അപ്പൊ അവിടന്ന് മുന്നോട്ടിതാ കുറേക്കൂടി വെളിച്ചം കിട്ടിയിരിക്കുന്നു. അതിലൂടെ സഞ്ചരിക്കും.

നിലാപൊട്ടുകൾ വെറും ഓർമ്മകൾ മാത്രമല്ല അതിൽ സ്വപ്നങ്ങളുണ്ട്, ഒരു ദേശാടനക്കാലം മുഴുവൻ നമ്മിലേക്ക് വന്ന് പോയ മനുഷ്യരുണ്ട് , അവരുടെ ചിരികളുണ്ട് , കരച്ചിലുകളുണ്ട്, ചോദ്യങ്ങളുണ്ട്, ഉത്തരങ്ങളുണ്ട്,

അങ്ങനെ ഭൂതവും വർത്തമാനവും ഉത്തരം കിട്ടാത്ത ഭാവിയും തമ്മിൽ കൂട്ടിമുട്ടിക്കുന്ന നൂൽപ്പാലങ്ങളുണ്ട്.

ഒരു ജീവിതത്തിന്റെ ഗതിയും വേഗതയും സ്ഥിതിയും നിയന്ത്രിക്കാൻ ഉതകുന്ന, നമ്മൾ പോലുമറിയാതെ നമ്മിൽ ശേഖരിച്ച് വച്ചിരിക്കുന്ന കുറേ നല്ല നിമിഷങ്ങളാണ് അത്. അതിൽ എല്ലാറ്റിനും ഉള്ള ഉത്തരമുണ്ട്.

ചിരിക്കാൻ പഠിപ്പിച്ചവരും കൈപിടിച്ച് നടത്തിയവരും സ്വപനങ്ങളെ വഹിച്ച് തേരിലേറ്റി വിട്ടവരും അങ്ങനെ ഒത്തിരി പേരുണ്ടവിടെ. അവരെ സ്മരിക്കാൻ, ആ നിമിഷങ്ങളിലൂടെ ഒരിക്കൽ കൂടി സഞ്ചരിക്കാൻ വീണ്ടും ചിരിക്കാൻ ഒരവസരം വേറെവിടെ കിട്ടും.

എല്ലാവരിലും നിലാപൊട്ടുകൾ വിരിയുന്നുണ്ട് കണ്ണടച്ച് മനസ്സ് തുറന്നാൽ അവയെ കാണാം . ജീവിതത്തിന്റെ അവലോഹന പുസ്തകവുമായി മുന്നിലേക്കും പിന്നിലേക്കും തുറന്നിറങ്ങാനുള്ള താക്കോലുമേന്തി നിൽക്കുന്ന നിലാപൊട്ടുകൾ .

രാത്രിയുടെ യാമങ്ങളിൽ എന്റെ സിലോണിൽ പ്രതിധ്വനിക്കും വെള്ളിവെളിച്ചത്തിൽ നിലാപൊട്ടുകൾക്ക് ജീവൻ വെക്കും ഞാനതിൽ ഊളിയിട്ട് മുങ്ങി നിവരും...